முன்னூறு வயதுப் பெண்

முன்னூறு வயதுப் பெண்

குறுங்கதைகள்

பா. ராகவன்

Title: Munnooru Vayathu Penn
Author's Name: Pa Raghavan

Published by Ezutthu Prachuram

Ezutthu Prachuram
(An imprint of Zero Degree Publishing)
No. 55(7), R Block, 6th Avenue,
Anna Nagar,
Chennai - 600 040

Website: www.zerodegreepublishing.com
E Mail id: zerodegreepublishing@gmail.com
Phone: 89250 61999

Ezutthu Prachuram First Edition: December 2021
ISBN: 978-93-91748-94-4
TITLE NO EP: 289

Rs.340/-

Cover Design & Layout: Vijayan
Printed at Manipal Technologies, India.

அன்புடன்

பெருந்தேவிக்கு

என்ன சொல்லப் போகிறாய்?

கதைகளை வடிவம் சார்ந்து வகைப்படுத்துவது என் மன அமைப்புக்கு ஏனோ பொருந்துவதில்லை. ஒரு பக்கக் கதையானாலும் ஆயிரம் பக்க நாவலானாலும் அது செய்ய வேண்டியதைச் சரியாகச் செய்தால் போதும். ஒரு அடையாள சௌகரியத்துக்காக இவை வெளியானபோது குறுங்கதை என்று குறிப்பிட்டேன். உண்மையில் குறுங்கதை இலக்கணமெல்லாம் கூட இவற்றுக்குப் பொருந்தாது. இவை, கதைகள். அவ்வளவுதான்.

இக்கதைகள் எல்லாமே 2020-21 கோவிட் தொற்றுக் கால கட்டாய வீடடங்கலின்போது எழுதியவை. மேலும் தொடர்ந்து எழுதி, நூறு கதைகள் ஆக்கலாம், ஆயிரம் குறுங்கதைகள் அடங்கிய பெரும் தொகுப்பாகக் கொண்டு வரலாம் என்றெல்லாம் அப்போது தோன்றியது. முடியாது என்றில்லை. ஆனால் திட்டமிட்டு எழுதும் கதைகள் தானாகத் தோன்றிய இவற்றைப் போல இராது என்பதால் செய்யவில்லை.

இவற்றில் பெரும்பாலானவற்றை ஃபேஸ்புக்கில் எழுதினேன். சில கதைகள் காலச்சுவடு, விருட்சம், உயிர்மை இதழ்களில் வெளியாயின. எதிலும் வெளியாகாத சிலவும் உள்ளன.

ஃபேஸ்புக் போன்ற ஒரு வெகுஜன தளத்தில், சற்றே மாறுபடும் படைப்புகள் எதிர்கொள்ளும் வினாக்களும் விமரிசனங்களும் கண்ணீர் மல்கச் செய்பவை. அதில் முக்கியமானது, 'இந்தக் கதையில் நீ சொல்ல வருவது என்ன?' என்னும் கேள்வி.

எதையும் சொல்லாதிருக்கும் சுதந்தரத்தை எப்போதும் நான் இழக்க விரும்புவதில்லை.

பா. ராகவன்

நவம்பர் 27, 2021

பொருளடக்கம்

இனப் படுகொலை

மாடியில் ஓர் எழுத்தாளர் குடியிருக்கிறார். அவர் வீட்டு பால்கனியில் காயப்போட்டிருந்த அவரது மனைவியின் துப்பட்டா, காற்றில் அடித்து வந்து எங்கள் பால்கனியில் விழப்போக, அதை எடுத்துச் செல்வதற்காக வந்தார். வந்துவிட்டதால் நலம் விசாரித்துவிட்டு, 'இப்ப என்ன சார் எழுதுகிறீர்கள்?' என்று கேட்டேன். ஒரு பேய்க்கதை எழுதிக்கொண்டிருப்பதாகச் சொன்னார். உடனே எனக்கு சுவாரசியமாகிவிட்டது.

'ஆண் பேயா? பெண் பேயா சார்?'

'ஒரு ஆண் எழுத்தாளர் எழுதும் கதைகளில் ஆண் பேய் வரவே வராது. பி.டி. சாமியில் ஆரம்பித்து ஓரான் பாமுக் வரை அப்படித்தான்' என்று அவர் சொன்னார்.

'சார், எனக்கு ஆண் பேய்கள் உலவும் பெண் எழுத்தாளர்கதைகளையாவது சிபாரிசு செய்யுங்கள்' என்றேன்.

'ஐயோ அது சிரமம் ஆயிற்றே?' என்றவர், 'பெண் எழுத்தாளர்களும் ஆண் பேய்களைப் பெற்று வளர்ப்பதில்லை' என்று சொன்னார்.

'அப்படியானால் ஆண் பேய் இனமே அழிந்து போய்விடுமே சார்?' என்று மிகவும் வருந்தினேன்.

'துயரம்தான். ஆண் பேய்களின் இனம் தழைக்க விரும்பும் நீங்கள் ஏன் கதை எழுத ஆரம்பிக்கக் கூடாது?' என்று எழுத்தாளர் கேட்டார்.

'ஏன், ஒரு அபார்ட்மெண்ட்ல ஒரு வெட்டி ஆபீசர் இருக்கறது பத்தாதா? என்னாங்க, மாவு தீந்துடுச்சி. போய் ஒரு பாக்கெட் வாங்கிட்டு வாங்க' என்று என் மனைவி குரல் கொடுத்தாள்.

'இப்படித்தான் சார் ஆண் பேய்கள் கருவிலேயே அழிக்கப்படுகின்றன' என்று சொல்லிவிட்டு அவர் துப்பட்டாவுடன் கிளம்பிச் சென்றார்.

சில நிமிடங்களுக்குப் பிறகு காலிங் பெல் அடித்தது. திறந்தால் எழுத்தாளர் நின்றுகொண்டிருந்தார்.

'என் ஒய்ஃப் துப்பட்டா உங்க வீட்டு பால்கனில விழுந்திடுச்சி. எடுத்துட்டுப் போக வந்தேன்' என்று சொன்னார்.

உண்மைக்கு மிக அருகில்

பிராந்தியத்தில் அவளைப்போல் ஒரு பேரழகியை இதற்குமுன் பார்த்ததில்லை என்று கிழவர்களே சொன்னார்கள். 'இவளுக்கு இந்த ஜென்மத்தில் திருமணமே நடக்காது. இந்த அழகுக்கு ஈடு கொடுக்கும் ஒரு ஆண்மகன் எங்கும் இருக்க முடியாது' என்று அவளைத் தமது மானசீகத்தில் காதலித்துக்கொண்டிருந்த ஊரின் அனைத்து வாலிபர்களும் கூடிப் பேசி முடிவு செய்தார்கள். 'சிலதெல்லாம் மனத்துக்குள் ரசிப்பதற்காக மட்டும்தான். சேர்ந்து வாழவே முடியாது' என்று குப்புசாமி சொன்னான். அதை அவனது நண்பர்கள் ஆமோதித்தார்கள்.

அவள் சன்னிதித் தெருவில் இருந்தாள். தினமும் மாலை ஐந்து மணிக்குத் தன் வீட்டு வாசலில் உள்ள திண்ணையில் சிறுவர்களுக்கு ட்யூஷன் எடுப்பாள். ஆறு முதல் எட்டாம் வகுப்பு வரை படிக்கும் சிறுவர் சிறுமியர் அவளிடம் படிக்க வருவார்கள். ட்யூஷன்

முடிந்து அவர்கள் திரும்பும்போது, வாலிபர்கள் அவர்களை மடக்கி, 'டேய் உங்கக்கா எப்படிடா?' என்று கேட்பார்கள்.

'நல்லா சொல்லித் தருவாங்கண்ணே. ரொம்பப் பொறுமை. தப்பு பண்ணாக்கூட திட்டமாட்டாங்க.'

ஒரு பெண்ணின் அழகில் சரி பாதி குணத்தால் வடிவமைக்கப்படுகிறது என்று குப்புசாமி சொன்னான். அதிலென்ன சந்தேகம்? அவள் அமைதியே வடிவானவள். அவளிடம் ட்யூஷன் படிக்கும் மாணவர்களைத் தவிர வேறு யாரும் அவள் குரலைக் கேட்டதில்லை. அநாவசியமாக வெளியே அலைவது, சிநேகிதிகளுடன் அரட்டை அடிப்பது, தனது அழகை யார் யார் ரசிக்கிறார்கள் என்று ரகசியக் கணக்கெடுப்பு செய்வதற்காகவே கோயில், கடைத்தெருவுக்குப் போவது எல்லாம் அவள் வழக்கத்திலேயே கிடையாது. ஊர்க்காரப் பெண்களில் சிலர் அவளை சிநேகிதம் பிடித்துக்கொள்ளுவதன் பொருட்டு அடிக்கடி அவள் வீட்டுக்குப் போய் எதையாவது பேசுவார்கள். ராணி முத்து இருக்கிறதா, ரேஷனுக்கு வருகிறாயா, என்ன படித்திருக்கிறாய், வேலைக்குப் போகவில்லையா என்று விதவிதமாகக் கொக்கி போட்டுப் பார்ப்பார்கள். அனைத்துக்கும் ஒரு சிரிப்பு. ஒரு வரியில் ஒழுங்கான ஒரு பதில். அதில் அவள் குறை வைப்பதில்லை. ஆனால் யாருக்கும் அவள் தோழியாகவேயில்லை.

அவளது தந்தை இதற்கு முன்னால் செங்கல்பட்டு சரகத்தில் எங்கோ உத்தியோகம்

பார்த்துக்கொண்டிருந்தார். அவரைக் குன்றத்தூர் மின்சார வாரிய அலுவலகத்துக்கு மாற்றியபோது அவர்கள் குடும்பம் கோவூருக்குக் குடி வந்தது. வரும்போதே அவள் படிப்பை முடித்துவிட்டு ட்யூஷன் சொல்லிக் கொடுப்பவளாகத்தான் வந்தாள். சுந்தரேசுவரர் கோயிலுக்கு தினமும் செல்லும் அவளது அம்மா, அங்கே பழக்கமான பிற அம்மாக்களிடம் தனது மகள் டியூஷன் எடுப்பாள் என்று சொல்லி வைத்துப் பிள்ளைகளைத் தங்கள் வீட்டுக்கு வரவழைத்திருந்தாள்.

குப்புசாமியின் அம்மாவும் சுந்தரேசுவரர் கோயிலுக்கு தினமும் செல்பவள்தான். ஒருநாள் அவள் பேரழகியின் அம்மாவிடம், 'உங்கள் பெண்ணுக்கு வரன் பார்க்கவில்லையா?' என்று கேட்டாள். பார்த்துக்கொண்டிருப்பதாக அவள் சொன்ன பதிலை இரவு வீட்டில் சாப்பிடும்போது சொன்னாள். 'அந்தப் பொண்ணுக்கென்ன. அமெரிக்காவிலேருந்து யாராவது வந்து கொத்திக்கிட்டுப் போயிடுவான்' என்று குப்புசாமியின் அப்பா சொன்னார்.

அப்படித்தான் நடந்தது. அமெரிக்காவில் உத்தியோகமும் குடியுரிமையும் பெற்ற ஒரு சொட்டைத் தலையன் ஒருநாள் தனது குடும்பத்துடன் வந்து அவளைப் பெண் பார்த்துவிட்டுப் போனான். ஊர்க்கார இளைஞர்கள் அத்தனைப் பேரும் அன்று வருந்தினார்கள். அவளது திருமணம் குன்றத்தூர் முருகன் கோயிலில்தான் நடந்தது. அனைவரும் சென்று மொய் எழுதிவிட்டு வந்தார்கள். ஓரிரு வாரங்களில் அவள் தனது

கணவனுடன் அமெரிக்காவுக்குப் புறப்பட்டுப் போனாள்.

பிறகு அவளது தந்தைக்கு மீண்டும் பணி மாற்றம் ஏற்பட்டது. அவர் தனது மனைவியுடன் போரூருக்குக் குடி பெயர்ந்து சென்றார். அந்த சன்னிதித் தெரு வீட்டுக்கு வேறொரு குடும்பம் குடி வந்தது. அந்தக் குடும்பத்தில் ஒரு பெண் இருந்தாள். அவளது அம்மாவும் தினமும் மாலை சுந்தரேசுவரர் கோயிலுக்குப் போவதை வழக்கமாகக் கொண்டிருந்தாள். குப்புசாமியின் அம்மா கோயிலில் சந்தித்து அவளை நட்பாக்கிக்கொண்டு, 'உங்க பொண்ணுக்கு வரன் பாக்கலியா?' என்று கேட்டாள்.

இதன் தொடர்ச்சியாகக் குப்புசாமிக்கும் அந்தப் பெண்ணுக்கும் சில மாதங்கள் கழித்துத் திருமணம் நடந்தது. இந்தத் திருமணம் சுந்தரேசுவரர் கோயிலிலேயே நடந்தபடியால், சன்னிதித் தெருவில் இருந்த அவனது மாமியார் வீட்டிலேயே அன்றிரவு அவனுக்கு முதலிரவு ஏற்பாடானது.

முன்னர் குடியிருந்த பேரழகி அந்த அறையில்தான் எப்போதும் இருப்பாள் என்பது குப்புசாமிக்குத் தெரியும். இப்போது அந்த அறையில் புதிய கட்டில் போடப்பட்டு மலர் வேலைப்பாடுகள் செய்யப்பட்டிருந்தன. புராதனமான பால் சொம்புடன் குப்புசாமியின் புதிய மனைவி அறைக்குள் நுழைந்தாள்.

அந்தக் கணம் அவனுக்கு அடக்கமுடியாத பெரும் சிரிப்பு வந்துவிட்டது. குமுறிக் குமுறிச் சிரித்தான்.

அந்தப் பெண் சிறிது பயந்துவிட்டாள். 'ஏன் மாமா இப்படி சிரிக்கறிங்க?' என்று கேட்டாள்.

'முன்ன இந்த வீட்ல வேற ஒரு பொண்ணு இருந்திச்சி. இந்த ரூம்லதான் எப்பவும் இருக்கும். ஜன்னல் வழியா பாத்திருக்கேன். காண்டாமிருகத்துக்கு சேல கட்ன மாதிரி இருக்கும். பாக்கறப்பலாம் பயந்துடுவேன். அது ஞாபகம் வந்திட்டுது... ஆனா, யு ஆர் மை டார்லிங்! யு ஆர் வெரி ப்யூட்டிஃபுல். ' என்று சொல்லிவிட்டு மீண்டும் சிரிக்கத் தொடங்கினான்.

அவள் புன்னகை செய்தாள். திருப்தியுடன் அருகே வந்து அமர்ந்தாள். குப்புசாமி மனச்சாட்சிக்கு உண்மையுடன் இல்லறம் நடத்தத் தொடங்கினான்.

அசுவமேதம்

எனக்குத் தெரியும். நான் ஒரு புத்தகத் திருடன் கையில் அகப்பட்டிருந்தேன்.

நான் ஒரு பட்டத்துக் குதிரை என்பதையோ என்மீது அலெக்சாண்டர் அமர்ந்திருக்கிறான் என்பதையோ திருடன் பொருட்படுத்தவில்லை. அவன் கண்காட்சி முழுவதும் என்னைத் தேடித்தான் சுற்றி அலைந்திருகிறான். இது எனக்கு நன்றாகத் தெரிந்துவிட்டது. ஏனெனில், ஓர் அரங்கின் மேல் அடுக்குப் பிரபல புத்தகக் குவியல்களையெல்லாம் விட்டுவிட்டு, மண்டியிட்டுக் கீழே குனிந்து அவன் எதையோ தேடிக்கொண்டிருந்தான்.

உண்மையில் அவனது தேடல் அந்த அரங்கில் இருந்த பலருக்கு இடைஞ்சலாக இருந்தது. யாரும் முன்னும் பின்னும் நகர முடியாதபடிக்கு அவன் தனது முதுகை ஒரு தடுப்புக் கட்டை போலக் குறுக்கே போட்டிருந்தான். அப்படி அவன் எதைத்தான் அவ்வளவு நேரமாகத் தேடுகிறான் என்று எனக்கே மிகுந்த ஆர்வமாக இருந்தது.

மேசைக்கு அடியில் குவிக்கப்பட்டிருந்த விற்காத பழைய புத்தகங்களின் இடையே என்னைக் கண்டெடுத்த கணத்தில் அவனது தேடல் நிறைவடைந்துவிட்டது.

'ஆ, கிடைத்துவிட்டது!' என்று உற்சாக மிகுதியில் அவன் துள்ளி எழுந்தபோது, கவனிக்காமல் இரும்பு அலமாரியின் கீழ்த்தட்டில் மோதிக்கொண்டான். அவனுக்கு வலித்திருக்க வேண்டும். சிறிது முகம் சுளித்து, நெற்றியைத் தேய்த்துவிட்டுக்கொண்டாலும் ஒரு பட்டத்துக் குதிரையைக் கைப்பற்றிவிட்ட மகிழ்ச்சியை அவன் முகத்தில் கண்டேன்.

அவன் என்னை முகர்ந்து பார்த்தான். பிறகு வாளிப்பான என் பின்புறத்தைத் தனது இடக்கரத்தால் தடவிக் கொடுத்தான். அலெக்சாண்டர் எப்போதும் என்னை இடக்கரத்தால்தான் தடவுவான். வாளேந்தும் வீரன் என்றாலும் அவனது கரம் மென்மையானதாக இருக்கும். ஆனால் இந்த குதிரைத் திருடனின் கை சொரசொரவென்றிருந்தது. இவனுக்கு ஏதோ சரும வியாதி இருக்க வேண்டும். உள்ளங் கையில் ஏராளமாகத் தோல் உரிந்திருந்தது. தவிரவும் திருட்டுத்தனம் அளித்த பதற்றத்தில் அந்தத் தோல் உரிந்த கரத்தில் வியர்க்கவும் செய்தது. இருப்பினும் அவனது வாழ்நாள் தேடல் ஒரு முடிவுக்கு வந்திருந்தது. அவன் ஒரு பட்டத்து குதிரையைக் கைப்பற்றியிருந்தான்.

உடனடியாக அவன் அந்த அரங்கத்தைவிட்டு வெளியே சென்றுவிடவில்லை. சிறிது நேரம் அங்கேயே நின்று என்னைப் புரட்டிக்

கொண்டிருந்தான். இரண்டாயிரத்து இருநூற்று எண்பதாண்டுகள் புராதனமான என் தேகத்தைச் சிறிது உலுக்கினேன். என் பிடறியின் ஓரிழை அவன் நாசிக்குள் சென்று, கணப் பொழுதில் மூளை நரம்புகளைத் தாக்கியது. அந்த நெடியில் அவன் சில தும்மல்கள் போட்டான். மூக்கைத் தேய்த்துவிட்டுக் கொண்டான்.

இப்போது அந்த அரங்கத்துக்கு ஓர் அரசியல்வாதி தனது பரிவாரங்களுடன் வந்தார். உடனே கடைச் சிப்பந்திகள் பரபரப்பானார்கள். ஓடிச் சென்று அவரை வரவேற்று, புத்தகங்களைக் காட்டத் தொடங்கினார்கள். அரசியல்வாதியை அந்த அரங்கத்தில் கண்டதும் ஆங்காங்கே திரிந்துகொண்டிருந்த பத்திரிகையாளர்களும் புகைப்படக்காரர்களும் குறிப்பிட்ட அரங்கத்தினுள் நுழைந்து சுற்றி வளைத்துப் படமெடுக்கத் தொடங்கினார்கள்.

இதுதான் தருணம். திருடன் எதிர்பார்த்துக் கொண்டிருந்தது இத்தகையதொரு தருணத்தைத் தான். அவன் எனது உரிமையாளனைப் போன்ற பாவனையில் ஏந்திக்கொண்டு அரங்கினை விட்டு வெளியே வந்தான். யாருமே அவனைக் கவனிக்கவில்லை. நான் அலெக்சாண்டரிடம் சொன்னேன், 'என்னை ஒருவன் களவாடிச் செல்கிறான். நீ ஏன் வாளை உருவாமல் இருக்கிறாய்?'

அலெக்சாண்டர் வாளை உருவினான். என்னைக் கொன்றுவிட்டுத் திருடனுடன் லாயத்துக்குப் போய்ச் சேர்ந்தான்.

ஐந்தரை அறிவு

இரண்டு நாள்களுக்கு முன்பு இரவு நான்கைந்து நாய்கள் ஓயாமல் ஓலமிட்டதை அவன் கேட்டான். நிறுத்தவேயில்லை. மணிக்கணக்கில் அவை அழுதுகொண்டே இருந்தன. இரவில் நாய் அழுதால் ஏதாவது அசம்பாவிதம் நடக்கும் என்று ஊரில் பாட்டிக் கிழவி சொன்னது அவனுக்கு நினைவுக்கு வந்தது. நாய் அழும் சத்தம் கேட்காமல் உறங்கிவிட்டவர்கள் அசம்பாவித வளையத்துக்குள் வரமாட்டார்கள். யார் விழித்திருந்து கேட்கிறார்களோ, அவர்களில் யாருக்காவதுதான் கஷ்டம் வரும். அவர்களுக்கே வரலாம்; அல்லது அவர்களைச் சார்ந்தவர்களுக்கு வரலாம்.

இதே போலத்தான் அன்று காலை அவன் நடைப்பயிற்சிக்குச் சென்றபோது ஒரு மேல்நிலை நீர்த்தொட்டியின் விளிம்புச் சுவர் முழுவதும் காக்கைகள் கூடி அமர்ந்து கரைந்துகொண்டிருந்தன.

ஏதாவது ஒரு காக்கை நீரில் விழுந்து உயிரிழந்திருக்கும் என்று நினைத்தான். நெடுநேரம் ஆகியும் அந்தக் காக்கைக் கூட்டம் இடத்தைவிட்டு நகராமல் அங்கேயே இருந்து கரைந்துகொண்டிருந்ததைக் கண்ட நகராட்சி ஊழியர்கள் மேலே ஏறிச் சென்று தண்ணீர்த் தொட்டியைப் பார்த்தார்கள். அப்படி எந்தக் காகமும் அங்கே விழுந்து இறந்திருக்கவில்லை என்று சொன்னார்கள். இதுவும் கவலையளித்தது. காரணமின்றிக் காக்கைகள் ஒன்று சேர்ந்து சத்தம் எழுப்புவது நல்லதல்ல என்று ஐந்தாம் வகுப்புத் தமிழாசிரியை சொன்னது நினைவுக்கு வந்தது. சிறிது அச்சமாக இருந்தது.

அடுத்தடுத்து எல்லாமே இப்படியாக நடக்கும் என்று யார் எதிர்பார்க்க முடியும்? வேலைக்குக் கிளம்பி, செருப்பு ஸ்டாண்டில் இருந்து செருப்பை எடுக்கக் குனிந்தபோது, சுவரின் மேலிருந்து சரியாக அவனது தலையின் இடப்புறம் ஒரு பல்லி விழுந்தது. பதறிக்கொண்டு நகர்ந்தான். தடுமாறி, கீழே விழவும் வேண்டியதானது. விழுந்தது பெரிய பாதிப்பில்லை. ஆனால் தலையின் இடப்புறம் பல்லி விழுந்தால் அதற்கு என்ன சூசகம்? குழப்பத்துடன் அலுவலகம் சென்றான். அவனது செக்‌ஷனில் வசிக்கும் புராதனமான மனிதரான சுந்தர்ராஜனிடம் விவரத்தைச் சொல்லி, இதற்கு என்ன அர்த்தம் என்று கேட்டதும், 'ஒரு நிமிஷம் இரு' என்று சொல்லிவிட்டு அவர் தன் வீட்டுக்கு போன் செய்தார். அவர் மனைவியிடம் பஞ்சாங்கத்தை எடுத்து வந்து வைத்துக்கொள்ளச் சொல்லிவிட்டு, 'இன்சைட் பேக் ரேப்பர்ல ரெண்டாவது பேராவா

இருக்கும். பல்லி விழும் பலன். அதுல தலைல விழுந்தா என்ன பலன் போட்டிருக்கு பார்' என்று உத்தரவிட்டார். 'வலப்பக்கம் விழுந்தால் கலகம், இடப்பக்கம் விழுந்தால் துன்பம்' என்று அவரது மனைவி படித்துச் சொன்னார்.

அவன் கலங்கிப் போனான். 'இதெல்லாம் சும்மா. நீ பயப்படாத' என்று சுந்தர்ராஜன் சொன்னார். அது தனக்காகச் சொல்வதுதான் என்று அவனுக்குப் புரிந்தது. ஏதோ பெரிய அசம்பாவிதம் நேரப்போகிறது என்று தெரிந்துவிட்டது. இயற்கை இப்படித்தான் எதையும் சூசகமாகப் புரியவைக்கிறது. நாய்கள், பல்லிகள், காகங்கள். இன்னும் என்ன மிச்சம்? அவன் இருக்கும் அடுக்கு மாடிக் குடியிருப்பில் ஏழெட்டுப் பூனைகள் இருக்கின்றன. எங்கிருந்து வந்தவை என்று தெரியாது. ஆனால் வளாகம் முழுவதும் எப்போதும் சுற்றிக்கொண்டே இருக்கும். அவன் வெளியே கிளம்பும்போது பலமுறை அந்தப் பூனைகள் குறுக்கே வந்திருக்கின்றன. அப்படி நடக்கும்போதெல்லாம் போகிற காரியம் கெட்டுத்தான் போகும். பூனைகள் உலவும் வீட்டில் எதற்காகவும் வெளியே போகாதிருப்பது ஒன்றுதான் இப்பிரச்னையில் இருந்து தப்பிக்க ஒரே வழி என்று நினைப்பான்.

மிகுந்த மனச்சோர்வுடன் மாலை அவன் வீடு திரும்பியபோது ஒரு பூனை அவனை நோக்கிப் பாய்ந்து வந்தது. சலிப்பாக இருந்தது. 'குறுக்கே ஓடப் போகிறாய். அதுதானே? நான் வீட்டுக்குப் போனதும் ஏதோ கெட்ட செய்தி வரப் போகிறது.

அவ்வளவுதானே? சனியனே, நடந்துவிட்டுப் போகட்டும் போ' என்று வெறுப்புடன் அதைப் பார்த்துச் சொன்னான். பூனை அவன் குறுக்கே ஓடி எங்கோ மறைந்தது. அவன் வீட்டுக்குப் போய்க் கதவைச் சாத்திக்கொண்டான். குளித்துவிட்டுச் சிறிது நேரம் டிவி பார்த்தான். இரவு சாப்பிட்டுவிட்டு மீண்டும் டிவி பார்த்தான். பிறகு படுத்துத் தூங்கிவிட்டான்.

காலை கண் விழித்தபோது விடிந்திருந்தது. அவசரமாகக் குளித்து, சாப்பிட்டுவிட்டு ஆபீசுக்குக் கிளம்பி வெளியே வந்தான். தரைத் தளத்தில் அசோசியேஷன் முக்கியஸ்தர்கள் நான்கைந்து பேர் கூடி நின்று பேசிக்கொண்டிருந்தார்கள். சரிதான், நடந்துவிட்டது என்று நினைத்துக்கொண்டு நெருங்கி, 'என்ன ஆச்சு சார்?' என்று கேட்டான்.

'பூனைங்க நேத்து ராத்திரி ஏழெட்டு எலிகளைக் கொன்னிருக்கு சார். பாதி தின்னுட்டு பாதி தின்னாம அப்படியே போட்டுட்டுப் போயிருச்சிங்க. வாடை வரல?' என்றார் செகரெட்டரி.

ஒப்பனைக் கலை

எனக்கும் அவர்கள் இருவருக்கும் ஒரே வயது. சரியாகச் சொல்வதென்றால் நாங்கள் ஒரே நாள், ஒரே சமயம், ஒரே மருத்துவமனையில் பிறந்தவர்கள். அவரவர் அம்மாமார்களுக்கு வேறு வேறு மருத்துவர்கள் பிரசவம் பார்த்தது தவிர எங்கள் பிறப்பில் நாள், கோள் வேறுபாடுகளே கிடையாது. தவிர, பிறந்தது முதல் நாங்கள் மூவரும் ஒரே வீதியில்தான் வசித்து வருகிறோம். படித்தது ஒரே பள்ளிக்கூடம். ஒரே கல்லூரி. எங்களுக்குள் சகோதரப் பாசமோ, நட்புணர்வோ, அல்லது வேறெந்த விதமான உணர்வோ, உறவோ எக்காலத்திலும் இருந்தது கிடையாது. நாங்கள் ஒருவரையொருவர் அறிந்திருந்தோம். அவ்வளவுதான்.

இவ்வளவு ஒற்றுமைகள் இருக்கின்றன அல்லவா? ஆனால் இதற்கு பதில் சொல்லுங்கள். ஐந்து வருடங்களுக்கு ஒருமுறை அந்த இரு பெண்களில் ஒருத்தி என்னைவிட ஒன்றரை

வயது குறைந்தவளாகிவிடுவாள். இன்னொருத்தி சொல்லி வைத்தாற்போல அதே வருடம் அதே ஒன்றரை வயது கூடிப் போவாள். இதற்கு என்ன காரணம் இருக்க முடியும்? அடுத்த வருடம் இந்த வேறுபாடு சமன் செய்யப்பட்டுவிடும் என்றாலும் ஒவ்வொரு ஐந்தாவது வருடத்திலும் இது தவறாமல் நடக்கிறது. அந்த வருடத்தில் மட்டும் அவர்களுள் ஒருத்தி முந்தைய ஆண்டுக்கு முந்தைய ஆண்டு தைத்த உடைகளை எடுத்து அணிந்துகொள்வாள். இன்னொருத்தி, அடுத்த ஆண்டு தனது எடையும் சுற்றளவும் என்னவாக இருக்கும் என்று ஊகித்து அல்லது கணக்கிட்டு அதற்கேற்பத் தைக்கச் சொல்லி அதை அணிந்துகொள்வாள். அதுதான் அவளுக்குச் சரியாக இருக்கும்.

பள்ளிக்கூட நாள்களில் இந்த வயதுக் குழப்பம் பெரும் பிரச்னையாக இருக்கும். ஐந்தாண்டுக்கொரு முறை வயது குறையும் பெண், அந்த வருடம் முந்தைய வகுப்பின் பாடங்களைப் படிப்பதா, அதற்கும் முந்தைய வகுப்பின் பாடங்களைப் படிப்பதா என்று தவித்துப் போய்விடுவாள். ஏனெனில் வயது தொடங்கும் மாதமும் கல்வியாண்டு தொடங்கும் மாதமும் எப்போதும் வேறு வேறாகவே இருக்கும். இதனால் பள்ளி முதல்வர் பெரும்பாடு பட்டு அவர்கள் இருவருக்கும் அந்த ஐந்தாவது ஆண்டைக் கடக்க ஓர் உபாயம் செய்தார். கல்வி ஆண்டின் முதல் பாதிக்கு முந்தையதற்கு முந்தைய ஆண்டின் பாடங்கள் நடக்கும். அடுத்தவளுக்கு அடுத்த ஆண்டுக்கு அடுத்ததின் பாடங்கள். அரையாண்டுத்

தேர்வுகள் எழுதிய பின்பு ஒருத்திக்கு முந்தைய ஆண்டின் பாடங்களும் அடுத்தவளுக்கு அடுத்த ஆண்டின் பாடங்களும் நடக்கும். இதில் உச்சக்கட்ட நகைச்சுவை, இருவருமே படிப்பில் அத்தனை கெட்டிக்காரிகள் இல்லை என்பது. இதனால் இந்த ஏடாகூட ஏற்பாட்டில் படித்துக்கொண்டிருக்கும்போதும் சில பாடங்களில் அவர்கள் தோல்வியடைந்துவிடுவார்கள். அந்தப் பாடங்களை அடுத்த ஐந்தாவது ஆண்டில்தான் அவர்களால் எழுத முடியும்.

இந்தப் பிரச்னையால் ஒரே பள்ளிக்கூடம், ஒரே கல்லூரியில், ஒன்றாகப் படித்துக் கொண்டிருந்தாலும் நாங்கள் எப்போதும் வேறு வேறு பாடங்களையே படிக்க வேண்டியிருந்தது. அல்லது ஒருவர் கடந்து சென்ற பாடங்களை அடுத்தவர் தாமதமாகவோ அல்லது சிறிது முன்னதாகவோ படித்துக் கடக்கும்படியானது.

ஒருநாள், ஐந்தாண்டுகளுக்கு ஒருமுறை ஒன்றரை வயது குறைபவளுக்கு ஐந்தாமாண்டுப் பிறந்த தினம் வந்தது. அவளது வீட்டில் அன்று கேக் வெட்டிக் கொண்டாட ஏற்பாடு செய்திருந்தாள். பிறந்த நாள் விழாவுக்கு நான் நேர்த்தியாக ஒப்பனை செய்துகொண்டு, எனது ஆகச் சிறந்த உடையை அணிந்து சென்றேன். எனக்கும் அந்த இன்னொருத்திக்கும்கூட அன்றுதான் பிறந்த நாள் என்றாலும் என்னைக் காட்டிலும் ஒன்றரை வயதும் இன்னொருத்தியைக் காட்டிலும் மூன்று வயதும் குறையப் போகிறவளின் கொண்டாட்டத்தின் பொருட்டு நாங்கள் எங்களுடைய பிறந்த நாளை

விழாவாகக் கொண்டாடாமல் எளிய வாழ்த்துப் பரிமாறல்களுடன் நிறுத்திக்கொண்டிருந்தோம்.

இதே போல அடுத்த வருடப் பிறந்த நாளின்போது எனக்காக அவர்கள் இருவரும் விட்டுக் கொடுப்பார்கள். அதற்கும் அடுத்த வருடம் இன்னொருவளுக்காக நானும் இவளும் விட்டுத் தருவோம். இது பேசி வைத்த ஒப்பந்தமல்ல. என்னவோ, சிறு வயதில் இருந்தே அப்படி இருந்து பழகிவிட்டோம்.

அன்றைக்கு அவளது பிறந்த நாளின்போது *27 1/2* என்று எழுதப்பட்ட கேக் அவள் வீட்டின் ஹாலில் வைக்கப்பட்டிருந்தது. கேக்கை வெட்டி வாழ்த்துச் சொன்ன சூட்டில் அவளது தந்தை அவளுக்குத் திருமணம் செய்ய முடிவு செய்திருப்பதாகத் தெரிவித்தார். ஏற்கெனவே அதெல்லாம் பேசி ஏற்பாடு செய்திருப்பார்கள் போலிருக்கிறது. நான் அதை எதிர்பார்க்கவில்லை. அதை அதிர்ச்சி என்று சொல்ல முடியாது. ஒரு விதமான ஏமாற்றம் என்று சொல்லலாமா என்றும் தெரியவில்லை. அவள் வாழ்க்கை. அவள் முடிவு. என் உணர்ச்சிக்கு அதில் எந்தளவு இடம் இருக்க முடியும்? நாங்கள் ஒரே நாளில் ஒன்றாகப் பிறந்தவர்கள் என்பது தவிர வேறெந்த விதத்திலும் சம்பந்தமில்லாதவர்கள். ஆம். ஒரே வீதியில் வசிப்பவர்கள் என்பது இன்னொரு தொடர்பு.

நான் அன்றைய தினம் *30 1/2*வது பிறந்த நாளில் இருந்தவளிடம், *'நீ இதனை எதிர்பார்த்தாயா?'* என்று கேட்டேன். இல்லை என்று அவள்

சொன்னாள். 'சிறிது அதிர்ச்சியாக இருக்கிறது' என்றாள். 'உனக்கு?'

'சிறிது ஏமாற்றமாக. ஆனால் காரணம் தெரியவில்லை.'

'நமக்கு ஒரே நாளில் ஒன்றேபோலத் திருமணம் நடக்கும் என்று நினைத்திருந்தேன்.'

'ஆம். நானும் அதை நினைத்திருக்கிறேன்.'

'அவள் தனக்குத் திருமண ஏற்பாடு நடப்பதைக் குறித்து நம்மிடம் சொல்லியிருக்கலாம்.'

'ஆமாம். சொல்லியிருக்கலாம்.'

'நாம் சற்று நெருங்கிய நண்பர்களாகியிருக்க வேண்டுமோ?'

'இருந்திருக்கலாம்.'

'சரி விடு. அவளுக்கு சந்தோஷமென்றால் நல்லதுதான்' என்று அவள் முடித்துக்கொண்டாள்.

அன்று அவளது பிறந்த நாள் கொண்டாட்டம் மிகச் சிறப்பாக நடைபெற்றது. விருந்தின்போது அவளே அனைவருக்கும் ஓடி ஓடிச் சென்று பரிமாறிக்கொண்டிருந்தாள். அவளது பிறந்த நாள் உடை, டிஸ்னி சானலில் தேவதைக் கதைகளில் வரும் கதாநாயகிகளின் உடையைப் போல வடிவமைக்கப்பட்டிருந்தது. அவளுக்கு அது பொருத்தமாக இருந்தது. அவள் அன்று பேரழகியாகத் தோற்றமளித்தாள். எங்கள் இருவரிடமும் தனியே வந்து, 'ஒழுங்காகச்

சாப்பிடுங்கள். எதாவது வேண்டுமென்றால் கேட்டுச் சாப்பிடுங்கள்' என்று சொன்னாள். நாங்கள் அவளது திருமணத்துக்கு வாழ்த்துச் சொன்னோம். அவள் சிறிது வெட்கப்பட்டு அதனை ஏற்றுக்கொண்டாள். 'அவன் மிகவும் நல்லவன். எனக்குப் பொருத்தமானவன் என்று தோன்றியதால் ஒப்புக்கொண்டேன்.'

'அப்படியா? எந்த விதத்தில் அவன் பொருந்திப் போனான்?' என்று கேட்டேன்.

'சொன்னால் நம்ப மாட்டாய். ஆறு வருடங்களாக அவன் முப்பத்து எட்டாவது வயதிலேயே இருக்கிறான். இன்னும் மூன்று வருடங்களுக்குப் பிறகுதான் அவன் முப்பத்து ஏழை அடைவான்' என்றாள்.

ஒரு காதல் கதை

வகுப்புகளில் அவளது மாஸ்கை அவன் நெடுநேரம் பார்த்துக்கொண்டே இருந்தான். ஒரு வெண் புறாவின் சிறகைப் போலிருந்தது அது. காதுகளின் விளிம்பில் இழுத்துப் பொருத்தும்போது மற்ற அத்தனைப் பேருக்கும் காது மடல்கள் சிறிது வளையும். அவளுக்கு மட்டும் எப்படியோ அப்படி ஆவதில்லை. மற்றவர்கள் பேசிக்கொண்டே இருக்கும்போது மாஸ்கின் நடுவே சிறு ஈரப் படலம் உண்டாகும். பார்க்கக் கொடூரமாக இருக்கும். அவளுக்கு அது இல்லை. அவள் தனது குரலை மாஸ்கின் வெளிப்புறத்தில் இருந்தே பிறப்பித்தாள். புன்னகையும் அங்கேயே பிறந்தது. அவள் தனது மாஸ்கைத் தானே தைத்துக்கொள்கிறாள் என்று மற்ற மாணவிகள் பேசிக்கொண்டார்கள். அப்படித்தான் இருக்க முடியும். ஏனெனில், மாஸ்கின் ஓரப் பட்டைகளை அவள் அப்படியே மடித்து வைத்துத் தைப்பதில்லை. அரிசியில்

ஓவியம் எழுதும் நேர்த்தியில் அவள் ஓரங்களை திட்டமிட்டு வடிவமைக்கிறாள். இது சாதாரண டெய்லர்களுக்கு சாத்தியமில்லை. ஒவ்வொரு மாஸ்கிலும் அவள் தனது ஆளுமையை எப்படியோ நிரப்பிவிடுகிறாள் என்று அவனுக்குத் தோன்றியது.

திடீரென்று வகுப்பில் வேறு சில மாணவர்களும் இதனைக் குறிப்பிட்டுப் பேசியது அவனுக்கு அதிர்ச்சியளித்தது. தன்னைத் தவிரவும் சிலர் அவளைப் பற்றி நினைப்பதை அவனால் பொறுக்க முடியவில்லை. தாமதிப்பது இறுதியில் துயரத்தைக் கொண்டு சேர்க்கலாம் என்று உள்ளுணர்வு அச்சுறுத்தியது. அன்றிரவே அவன் அவளுக்கு ஒரு கடிதம் எழுதினான். எழுதியதை மீண்டும் மீண்டும் படித்துப் பார்த்துத் திருத்தங்கள் செய்தான். திருப்தியாக வந்துவிட்டது போலத் தோன்றியதும், அதைப் பிரதி எடுத்து ஒரு அழகிய கவருக்குள் போட்டு ஓரங்களை ஒட்டினான்.

மறுநாள் கல்லூரிக்குச் சிறிது முன்னதாகவே சென்று அவளுக்காகக் காத்திருந்தான். சரியாக ஒன்பது இருபதுக்கு அவள் வந்தாள். அவன் தொலைவிலேயே அவளைப் பார்த்துவிட்டான். அன்றைக்கு அவள் வெளிர் மஞ்சள் நிறத்தில் மாஸ்க் அணிந்திருந்தாள். சில பூக்கள் மட்டுமே அந்த நிறத்தில் அழகாக இருக்கும். அதுவும்கூட அவளது மாஸ்குக்கு அடுத்தபடியாகத்தான் என்று அவனுக்குத் தோன்றியது. அவள் நெருங்கியபோது சட்டென்று எதிரே சென்று தனது கடிதத்தை நீட்டினான். அவளது மாஸ்க் எப்போதும் போலப் புன்னகை செய்தது. அவள் ஹலோ என்று

சொன்னாள். அவன் பதற்றத்துடன் தன் கடிதத்தைக் கொடுத்தான்.

அவள் சற்று அதிர்ச்சியடைந்தாற்போலத் தெரிந்தது. ஆனால் பெரிதாகக் காட்டிக்கொள்ளவில்லை. சில வினாடிகள் அமைதியாக இருந்துவிட்டுப் பிறகு தன் புத்தகப் பையைத் திறந்து ஒரு தாளை எடுத்து வேகமாக ஏதோ எழுதி அவனிடம் நீட்டினாள். அவன் அதை எதிர்பார்க்கவில்லை. மிகுந்த மகிழ்ச்சியுடன் அதை வாங்கிப் படித்தான்.

'என்னால் நம்ப முடியவில்லை. நானும் உன் மாஸ்கை மிகவும் விரும்புகிறேன். எப்படிச் சொல்வது என்று தெரியாமல் தயங்கிக் கொண்டிருந்தேன்' என்று எழுதியிருந்தாள்.

ஒரு கொலைக் கதை

குறுங்கதை தன் வளையை விட்டு வெளியே வந்தது. வெளி, இருளாகி இருந்தது. எங்கும் ஆள் நடமாட்டமில்லை. முன்பெல்லாம் வீட்டு வாசல்களில் அகல் விளக்கு வைத்திருப்பார்கள். மின் விளக்குகள் வந்தபின் வாசலில் ஒரு நாற்பது வாட் விளக்கெரியும். வீதி விளக்குக் கம்பங்கள் நடப்பட்ட பின்பு வீட்டு விளக்குகளை யாரும் போடுவதில்லை. உபரி மின்கட்டண சேமிப்பு நவீன வாழ்வில் இன்றியமையாத அம்சம். உபரி மின் சக்திச் சேமிப்பு, மின்சார வாரியத்துக்கும் அவசியமாக இருப்பதால் அவர்கள் வீதி விளக்குகளையும் போடுவதில்லை. யாரும் நடமாடாத வீதிகளுக்கு விளக்கு ஒரு அநாவசியம். எனவே வீதி இருண்டிருந்தது.

எங்கோ ஒரு நாய் குரைக்கும் சத்தம் கேட்டது. அது அடுத்த வீதியிலாக இருக்கலாம். அல்லது பிரமையாகக் கூட இருக்கலாம். அவன் இருண்ட வீதியின் ஒரு முனையில் ஒரு மரத்தின் பின்னால்

தன்னை மறைத்துக்கொண்டு நின்றான். நாற்பது வாட்ஸ் விளக்குகள் எரிந்துகொண்டிருந்த காலத்தில் அவனது தந்தையும், அகல் விளக்கு எரிந்த காலத்தில் அவனது பாட்டனும் அவனைப் போலவேதான் அங்கே நின்றிருந்தார்கள்.

அவன் எதிர்பார்த்தவண்ணம் அவள் வீட்டை விட்டு வெளியே வந்தாள். யாராவது தன்னை கவனிக்கிறார்களா என்று எச்சரிக்கை உணர்வுடன் சுற்றுமுற்றும் பார்த்துவிட்டு, வீதியில் இறங்கி வேகமாக நடந்தாள். காத்திருந்தவன் குடித்து இருந்தான். ஆனால் வீட்டை விட்டு வந்தவளின் தாய் வாழ்ந்த காலத்தில், காத்திருந்தவனின் தந்தைக்குக் குடிப்பழக்கம் இருக்கவில்லை. ஆனால் அவன் தனது மூதாதையரைக் காட்டிலும் வெறி கொண்டவனாக இருந்தான்.

எப்படியாவது அவளைக் கொன்றுவிட வேண்டும் என்று தீர்மானம் செய்துகொண்டு காத்திருந்தவன் இடுப்பில் மறைத்து வைத்திருந்த கத்தியை வெளியே எடுத்தபடி பாய்ந்தான். இன்றைக்காவது யார் கண்ணிலும் படாமல் ஓடிச் சென்றுவிட வேண்டும் என்ற ஒற்றை எண்ணத்துடன் விரைந்துகொண்டிருந்தவளின் தாயைப் பெற்றவள் பின்புறத்தில் இருந்து பாய்ந்தவனை எப்படி கவனிக்கவில்லையோ, அதே போல அவளும் கவனிக்கவில்லை. அவன் கிட்டே நெருங்கிய அதே சமயம், நாயின் குரைப்புச் சத்தம் அடங்கிவிட்டது.

எதிரே யாரோ அவளை நோக்கி தடதடவென ஓடி வருவது தெரிந்தது. அவளும் பரபரப்பானாள்.

'சீக்கிரம் வா. யாராவது பார்த்துவிடப் போகிறார்கள்' என்று ஓடிய வேகத்திலேயே அவனையும் இழுத்துக்கொண்டு தன் தாயைப் போலவே கணப் பொழுதில் எங்கோ சென்று மறைந்தாள்.

கத்தியுடன் பாய்ந்தவனைக் குறுங்கதை குத்திக் கொன்றுவிட்டுத் தன் வளைக்குள் சென்று மறைந்தது.

ஒளியும் ஒலியும்

அவனுக்குக் கண் தெரியாது. அவளுக்குக் காது கேட்காது; பேசவும் முடியாது. பொருத்தம் சரியாக இருக்கிறது என முடிவு செய்து இரு தரப்புப் பெற்றோரும் அவர்களுக்குத் திருமணம் செய்து வைத்துவிட்டு செத்துப் போனார்கள்.

ஆரம்பத்தில் வாழ்க்கை சிறிது நன்றாக இருப்பது போலத்தான் இருந்தது. அவள் கருத்தரித்து, குழந்தை பெற்றாள். பிறகு இருவருக்கும் பிடிக்காமல் போனது. தொடர்ந்து அரூபமான உலகில் வாழ முடியவில்லை என்று இருவருமே நினைத்தார்கள். அவன் அடிக்கடி கோபப்பட ஆரம்பித்தான். உரத்த குரலில் பயங்கரமாகக் கத்தினான். அவளோடு சண்டை போட்டான். அவன் கோபப்படுவது அவளுக்குப் புரிந்தது. ஆனால் ஒலிகளற்ற கோபத்தை நாளடைவில் ரசிக்கத் தொடங்கிவிட்டாள். தனது கண்ணீரை அவன் ஒருபோதும் உணராத துயரத்தைக்

காட்டிலும் அவன் கோபம் பெரிதல்ல என்று நினைத்தாள். என்றைக்காவது தான் அழும் நேரத்தில் அதை உணர்ந்து அவனது கரம் துடைக்க வருமானால் அப்போது அவன் கோபத்தைப் பொருட்படுத்தலாம் என்று நினைத்தாள். ஆனால் அது நடக்கவில்லை.

பல வருடங்களுக்குப் பிறகு ஒருவரையொருவர் கொலை செய்ய அவரவர் மனத்துக்குள் திட்டம் தீட்டத் தொடங்கினார்கள். வாழ்வில் முதலும் முடிவுமான மகிழ்ச்சி அதுவாகத்தான் இருக்கும் என்று இருவரும் நினைத்தார்கள். இருவருமே தமது மகளிடம் இதனைத் தெரிவித்து, அழுதார்கள்.

கண், காது, மூக்கு, வாய் அனைத்தும் சரியாக இயங்கிய அந்தப் பெண், 'டேக் கேர்' என்று சொல்லிவிட்டு, வேலை கிடைத்து அமெரிக்காவுக்குச் சென்றாள்.

கருவி

நீதிமானுக்காக வெளிச்சமும், செம்மையான இருதயத்தாருக்காக மகிழ்ச்சியும் விதைக்கப் பட்டிருக்கிறது என்று பாவாடைச் சாமி திலோத்துமையம்மாளிடம் சொன்னார்.

'நான் அத்தனெ நல்லவளான்னு தெரியலியே சாமி. இல்லனா புருசன் செத்த பத்தாநாளே புள்ள ஏன் சொல்லிக்காம போனான்னு தெரியாம கெடந்து தவிப்பனா?' என்று அவள் தலையில் அடித்துக்கொண்டு அழுதாள். பாவாடைச் சாமி மேலும் சில நல்ல வார்த்தைகளும் ஆறுதலும் சொல்லி, உயிர்த்தெழவிருக்கும் கர்த்தரின் கருணை நிழலில் அவளுக்கு நிச்சயம் இடமுண்டு என்றார்.

திலோத்தமையம்மாள் தனது நாற்பத்தொன்றாவது வயதில் கிறிஸ்துவைத் தனது இஷ்ட தெய்வமாக ஏற்றுக்கொண்டு தினமும் வேதாகமத்தைப் படிக்கத் தொடங்கினாள். மிக விரைவில் தன்னைக்

கர்த்தரின் முதல்தர ஊழியக்காரியாக எண்ணி, காண்போரிடமெல்லாம் கர்த்தர் விரைவில் உயிர்த்தெழுந்து வருவார் என்றும் அவரது பாதையைப் பின் தொடர்வதேயல்லாமல் பிறவிப் பிணி தீர்க்க வேறு உபாயமில்லை என்றும் பிரசங்கம் செய்யத் தொடங்கினாள்.

தேகத்தில் தெம்பிருந்தவரை அவள் நான்கு வீடுகளில் கூட்டிப் பெருக்கிக் கொடுத்து, துணி துவைத்து, பாத்திரம் துலக்கி சம்பாத்தியம் செய்தாள். தன் உணவுச் செலவு போக மீதமாகும் பணத்தைக் கர்த்தரின் கைங்கரியங்களுக்குச் செலவிட்டுக்கொள்ளும்படியாகச் சொல்லிப் பாவாடைச் சாமியிடம் கொடுத்துவிடுவாள்.

வலுவிழந்து படுக்கையோடு ஆகிப் போன நாள்முதல் அவளுக்குச் சித்தம் கலங்கிப் போனது. ஒவ்வொரு நாளும் வீதியில் போகிறவர்களை இழுத்து நிறுத்தி, 'பாவி மக்கா, இன்னிக்கி கர்த்தர் வந்திடுறேன்னு சொல்லியிருக்காருடா. இப்பங்கூடவா வராம இருப்பெ?' என்று கேட்பாள். இது முதலில் விளையாட்டாகக் கருதப்பட்டு, பிறகு அவளது நம்பிக்கையின் தீவிரமே அவளை சித்தம் கலங்கச் செய்துவிட்டது என்று புரிந்தபோது ஊரார் அவளைப் பொருட்படுத்துவதை விடுத்தனர். 'ஏய் கெழவி, போய்ப் படு பேசாம. இசக்கி சோறு கொண்டாந்து குடுத்தானில்ல? தின்னாச்சில்ல? அப்ப கட்டைய சாய்ச்சி உறங்கு' என்று சலிப்புக் காட்டிப் போவார்கள்.

ஒவ்வோர் ஆண்டும் டிசம்பர் 25ம் தேதி திலோத்தமையம்மாளுக்கு ஆவேசம் வரும். அன்று

தேவாலய வளாகத்தில் நிகழும் கிறிஸ்துமஸ் கொண்டாட்டங்களைப் பார்க்கிலும் அவளது ஆவேசமும் அருளார்ந்த சொற்களும் ஊர்ப் பிள்ளைகளுக்குச் சிறந்த களி நிகழ்வாக அமையும். 'ஏ கெழவி, இன்னிக்கானா கர்த்தார் வராரா இல்லியான்னு கேட்டுச் சொல்லிடு. வீட்ல காட பிரியாணி சமைச்சி வெச்சி வீணாப் போகுது' என்று அவளைச் சீண்டுவார்கள்.

'ங்கொப்புறான வந்திடுவாரு ராசா. இன்னிக்கி கண்டிசனா வந்திடுவாரு. நீ வேணா பாரு.' என்று அவளும் சளைக்காமல் ஈடுகொடுப்பாள். பாவாடைச் சாமிக்கே அவள் தனது பிரசார உத்தியைச் சிறிது மாற்றினால் தேவலாம் என்று தோன்றும். ஆனால் கிழவி யார் சொல்லியும் கேட்கும் நிலையைக் கடந்துவிட்டிருந்தாள்.

சென்ற கிறிஸ்துமஸின் போதும் அதே கூத்துதான். காலை தேவாலயத்துக்குச் சென்று பிரார்த்தனையில் கலந்துகொண்டுவிட்டு வீடு திரும்பியவள், வாசலில் மாக்கோலம் இட்டு அதனைச் சிவப்புப் பட்டையால் அலங்கரித்தாள். எங்கிருந்தோ ஒரு மாலையை எடுத்து வந்து குடிசையின் வாயிற் கதவுக்குப் போட்டு கையில் ஒட்டியிருந்த செங்குழம்பினை அதன் நடுவே பொட்டாக வைத்தாள். பிறகு வழியில் போன டெய்சி ராணியை அழைத்து ஒரு கொத்து மாவிலை பறித்து வரச் சொன்னாள்.

'ஐயே, இதுக்கு முத்திப் போச்சி பாரேன். ஏய் கிழவி, கர்த்தர் இந்துவாயிட்டாருன்னு ஒனக்கு

ஆரு சொன்னா? நீ பண்ணுற வேலையெல்லாம் அப்பிடித்தான் இருக்கு.'

'போடி போக்கத்தவளே. முடியாதுன்னா முடியாதுன்னு சொல்லு. என்னைய நக்கலெடுக்குற சோலியெல்லாம் வச்சிக்கிடாத' என்று திட்டிவிட்டு அவளே சென்று எங்கிருந்தோ ஒரு கொத்து மாவிலை பறித்து வந்து வீட்டு வாசலில் சொருகினாள். 'யய்யா எல்லாம் வாங்கய்யா. இப்பமே வந்திடுங்க. இன்னிக்கி கர்த்தர் கன்பர்மா வந்திடுறாரு' என்று ஊரைக் கூட்டி அறிவித்தாள்.

'எங்க கெழவி? நம்ம ஊருக்கா?'

'அட ஆமாடா. இங்கனதான் வராரு. நான் கேட்டுட்டேன்.'

'யாராண்ட?'

'கிறுக்கா. அவரத் தவிர வேற நான் யார கேக்க?'

'சுத்தம்' என்று சொல்லிவிட்டு அவர்கள் நகர்ந்து போனார்கள். அன்றெல்லாம் திலோத்துமையம்மாள் பரபரப்பாகவே இருந்தாள். கர்த்தரே, கர்த்தரே என்று நொடிக்கொரு தோத்திரம் சொல்லிக்கொண்டிருந்தாள். இந்தக் கிழவிக்கு சீக்கிரம் ஒரு நல்ல கதி கிடைத்துவிடாதா என்று எல்லோருமே ஆதங்கப்பட்டார்கள்.

மறுநாள் விடியும் நேரம் கிழவி வீட்டுக்கு வெளியே வந்து நின்று உரத்த குரலில் சத்தமிட்டாள். 'வந்திட்டாருய்யா.. என் ஏசப்பா வந்திட்டாரு.. ராசன் இறங்கி வந்திட்டாரு மக்களே.. எல்லாரும் வாங்கோ.. சீக்கிரம் வாங்கோ..'

வேலங்குச்சியுடன் வெளிக்கிருக்கப் போனவர்கள் சிலர் நின்று முறைத்தார்கள்.

'நம்புடா.. அவுரு வந்திட்டாரு. வா, வந்து பாரு.' என்று கையைப் பிடித்து இழுத்துப் போனாள்.

கிழவியின் குடிசை திறந்தேதான் இருந்தது. ஊர்க்காரரர்கள் எரிச்சலும் அசுவாரசியமுமாக உள்ளே எட்டிப் பார்த்தார்கள். இரண்டு கால்கள் மட்டும் தெரிந்தன. யாரோ படுத்திருந்தார்கள்.

கனவுகளின் பலன்

ஒரு ஊரில் அப்துல் கலாம் என்றொரு பின்னாள் விஞ்ஞானி படித்துக்கொண்டிருந்தார்.

அந்த ஊரில் ஒரு மலை இருந்தது. அது பச்சை மலை எனப்பட்டது.

பச்சை மலையின் உச்சியில் இரவு நேரத்தில் தோன்றும் நிலாவைக் காட்டி, "ஒரு நாள் அங்கே நாம் குடி போக முடியும்" என்று அப்துல் கலாம் சொன்னார்.

அதெப்படி அவ்வளவு உயரம் போக முடியும் என்று ஊர் மக்கள் சந்தேகப்பட்டுக் கேட்டனர்.

அதற்கு அப்துல் கலாம், " முடியும், உச்சத்தைக் கனவில் காணுங்கள்" என்று சொன்னார். பிறகு அவர் பரீட்சையில் பாசாகி டெல்லிக்குப் போய்விட்டார்.

ஐம்பது வருடங்கள் கழித்து அப்துல் கலாம் அதே கல்லூரி ஆண்டுவிழாவுக்குத் தலைமை தாங்கத் திரும்பி வந்தபோது ஊரில் பச்சை மலையைக் காணோம்.

"ஐயோ அந்த மலைக்கு என்ன?" என்று அவர் பதறிக் கேட்கவும், ஊரார் சொன்னதாவது: *"நிலாவில் குடி போகச் சொன்னீரே, அந்த முயற்சியில் இது சேதாரமாகிவிட்டது."*

"முட்டாள்களே நிலாவுக்கும் மலைக்கும் என்ன சம்மந்தம்?" என்று அப்துல் கலாம் கத்தினார்.

"அதுவா? அத்தனை உயரத்துக்குக் கனவு காண முடியாத சிலர் மலையளவு மட்டும் கண்டு ப்ளாட் போட்டுவிட்டார்கள்" என்று சொல்லிவிட்டு, விழாப் பேருரை ஆற்றிய அப்துல் கலாமுக்குக் கனவுகளும் அவற்றின் பலன்களும் என்ற புத்தகத்தை அன்பளிப்பாகக் கொடுத்து அனுப்பி வைத்தார்கள்.

கிருமி

விடிந்து எழுந்ததில் இருந்தே தலை வலித்தது. குனிந்தால் மூக்கில் ஒழுகியது. காதுகளுக்குள் சூடு தெரிந்தது. எப்படியும் சுரம் வரும் என்று தோன்றியது. விபரீதமாக ஏதாவது உருக்கொள்வதற்கு முன்னால் டாக்டரைப் பார்த்து விடலாம் என்று நினைத்தான். ஆனால் அதற்கும் பயமாக இருந்தது. ஊர் இருக்கும் நிலைமையில் எந்த மருத்துவரும் இப்போது பயப்பட ஒன்றுமில்லை என்று சொல்லத் தயங்குவார்கள். பரிசோதனைகளுக்கு எழுதித் தரலாம். ஒரு சாதாரண காய்ச்சல்காரன் உடனடியாகச் சுற்றியிருப்பவர்களின் கவனத்தைக் கவர்ந்துவிட வேண்டி வரும். பரிசோதனைகளின் முடிவில் ஒன்றுமில்லாமலேயே இருக்கலாம். ஆனால் முடிவுகளில் யாருக்கு விருப்பம் இருக்கிறது? காலம், பீதியை ஓர் அணிகலனாக்கிவிட்டது. அச்சத்தில் பிதற்றுவதற்கெல்லாம்தான் மக்கள் அதிக அளவில் விருப்பக் குறி இடுகிறார்கள். அறிவை நகர்த்தி வைத்துவிட்டு வாழ்வது பிடித்தி ருக்கிறது. பாரமற்று இருப்பதே சொகுசு என்றால் அறிவகற்றி வாழ்வதே ஆகப்பெரிய சொகுசு.

மருந்துக் கடைக்குப் போனான். எளிய பாராசிட்டமால் ஏதாவது கொடுத்தால் போதும். கேட்க நினைத்த கணத்திலேயே மருந்துக் கடைக்காரரின் முகம் எப்படி மாறும் என்று எண்ணிப் பார்த்தான். மருந்துக் கடைக்காரர் என்றாலும் மனிதரே அல்லவா. டாக்டரைப் பாருங்கள் என்று உடனே சொல்லிவிடலாம். அதைக் கூடப் பொறுத்துக் கொள்ளலாம். சட்டென்று பாய்ந்து சென்று மாஸ்க் எடுத்து அணிந்துகொண்டால் அந்தக் காட்சி நினைவில் தங்கிவிடும். மனத்தில் அதைப் போல் நூற்றுக் கணக்கான கசப்பளிக்கும் காட்சிகள் ஏற்கெனவே சேகரமாகியிருக்கின்றன. எதையும் களையவும் முடிவதில்லை. கடக்கவும் முடிவதில்லை.

நகரமே திரண்டு ஊருக்குப் புறப்பட்ட அன்று தானும் கிளம்பியிருக்க வேண்டும். அரசாங்கம் விலகியிருக்கக் கேட்டுக்கொள்ளும்போது முண்டி யடித்துப் பேருந்தில் ஏறி ஓர் இரவெல்லாம் பயணம் செய்து கிருமியை ஊருக்குக் கொண்டு சேர்ப்பது தவறு என்று நினைத்துத்தான் போகாமல் இருந்தான். ஊருக்குப் போனவர்கள் எல்லோரும் பத்திரமாகச் சென்று சேர்ந்துவிட்டதாக போன் செய்துவிட்டார்கள். தங்கியவன்தான் மாட்டிக் கொண்டான்.

தலை வலிக்கிறது. மூக்கு ஒழுகுகிறது. யாரிடமிருந்தாவது ஒட்டிக்கொண்டிருக்க வாய்ப்பில்லாமல் இல்லை. இருமலும் வருமோ என்று அச்சமாக இருக்கிறது. தினமும் சந்திக்கும் மனிதர்களில் எத்தனையோ பேர் எங்கெங்கோ வெளிநாடுகளுக்குப் போய் வருகிறவர்கள்தாம். ஒரு வாரம் முன்புகூட ஒரு நடிகை உங்களுக்காக

வாங்கி வந்தேன் என்று சொல்லி ஒரு குளிர்க் கண்ணாடியைத் தந்தார். அன்பைத்தான் எல்லோரும் தருகிறார்கள். அதுதான் சுமையாகவும் ஆகிவிடுகிறது.

பூரண கதவடைப்புக்கு மூன்று நாள்கள் முன்பிருந்து இரவு பகலாகப் படப்பிடிப்பு இருந்தது. உட்கார நேரமில்லாமல் வேலை. ஒரே அரங்கில் இரண்டு யூனிட் படப்பிடிப்பு. இரண்டு யூனிட்டுக்கும் இரண்டிரண்டு கேமரா. கத்திக் கத்தி ப்ராம்ப்ட் செய்து தொண்டை வறண்டு போய்விட்டது. உட்கார்ந்து உண்ணவோ அரை மணி நேரம் படுத்து எழவோ வழியில்லாதிருந்தது. தயாரிப்பாளரே படப்பிடிப்பு அரங்குக்கு வந்து அமர்ந்திருந்தார். அவரே ஒரு முறை அவனுக்குத் தேநீர் எடுத்து வந்து கொடுத்தார். அன்பல்லாமல் வேறென்ன. ஆனால் அன்பு சற்று விரிவு கொண்டிருக்கலாம். சம்பளம் சிறிது பிந்தி வந்தாலும் பேட்டாவையாவது கையோடு கொடுத்திருக்கலாம். ஒரு வாரம் கழித்து வாங்கிக் கொள்ளுங்கள் என்று அவரே சிறிது தயக்கத்தோடு கேட்டுக்கொண்டபோது யாரும் எதுவும் சொல்ல முடியாமல் போய்விட்டது. பூரணக் கதவடைப்புக் காலத்தில் கையில் இருக்கும் சொற்பத் தொகையை எண்ணி எண்ணிச் செலவிட வேண்டியிருக்கிறது. ஒரு வேளை உண்டால் போதும். ஒரு தேநீர் அருந்தினால் போதும் என்று மனத்தை ஒடுக்கிக் கொள்ளப் பழக வேண்டியிருந்தது.

பட்டினிகூடப் பிரச்னை இல்லை. இது பெரிதாகாமல் இருந்தால் போதும் என்று தோன்றியது. மருந்து மாத்திரை எதுவும் வாங்காமல் திரும்பினான். சாலையில் யாருமில்லை. கடைகள்

அடைக்கப்பட்டிருந்தன. வாகனங்களின் சத்தம் அறவேயில்லை. எங்கும் ஆள் நடமாட்டம் இல்லை. ஒரு முழு உலகில் தான் மட்டுமே வசிப்பது போல இருந்தது. சென்னைக்கு வந்து இருபதாண்டுகள் ஆகியும் இயக்குநராக முடியாமல் இருப்பதை எண்ணிப் பல இரவுகளில் உறக்கமின்றி அழுவான். அப்போது ஒரு தனிமை உணர்வு வரும். அதுவும் பயங்கரமானதுதான். ஒரு பிசாசு போலக் கவ்விக்கொண்டு நெடுநேரம் அலைக்கழிக்கும். தற்கொலைவரை சிந்திக்க வைக்கும். ஆனால் தன்னைப் போலக் கஷ்டப்படும் நண்பர்கள் யாரையாவது சந்தித்தால் உடனே அது சரியாகிவிடும். துயரம் தனக்கு மட்டுமானதில்லை என்ற உணர்வுதான் எத்தனை பெரிய சக்தி. அது மகிழ்ச்சியைவிடப் பேராற்றல் கொண்டது.

பிற்பகல்வரை அவன் எதுவும் உண்ணவில்லை. தண்ணீர் மட்டும் குடித்துக்கொண்டிருந்தான். கையில் இருக்கும் பணத்தில் இன்னும் இரண்டு அல்லது மூன்று வேளைகள் உண்ண முடியும். அதை மூன்று நாள் இரவுக்கு வைத்துக்கொள்ளலாம் என்று நினைத்தான். யார் யாருக்கோ போன் செய்து பார்த்தான். எல்லோருமே ஊருக்குப் போய்விட்டிருந்தார்கள். ஊரில் இருக்கும் தன் வீட்டாருக்கு போன் செய்தால் காய்ச்சலைச் சொல்ல வேண்டி வரும். அது வேண்டாம் என்று நினைத்துத் தவிர்த்தான். மாலை ஆனபோது உடல் நன்றாகச் சுட்டது. எழ முடியாத அளவுக்கு வலித்தது. அச்சம் மெல்ல மெல்லப் பெரிதாகி வந்தது. டாக்டரிடம் சென்றால் குறைந்தது இருநூறு ரூபாய் செலவாகும். கையில் இருப்பதே அவ்வளவுதான். என்ன செய்வதென்று புரியவில்லை.

மிகவும் யோசித்து, தயாரிப்பாளருக்கு போன் செய்தான். ஏழெட்டு முறை அவர் போனை எடுக்காமல் வெறுமனே ரிங் போய்க்கொண்டே இருந்து கட் ஆனது. பிறகு எடுத்தார். வணக்கம் சொன்னதும் மிகவும் உற்சாகமாக நலம் விசாரித்தார். வெளியே எங்கும் போய்விடாதீர்கள் என்று அக்கறையுடன் சொன்னார். அவனுக்குச் சிறிது நம்பிக்கை வந்தது. இந்த நேரத்தில் அவர் ஆயிரம் ரூபாய் கொடுத்து உதவினால்கூடப் பெரிய விஷயம் என்று நினைத்துக்கொண்டு, தனக்குக் காய்ச்சல் அடிப்பதைத் தயங்கித் தயங்கிச் சொன்னான். அடுத்த வார்த்தையை அவர் பேசவிடவில்லை. உடனே டாக்டரைப் போய்ப் பாருங்கள், அப்புறம் பேசுங்கள் என்று சொல்லி வைத்துவிட்டார். அவனுக்குச் சங்கடமாக இருந்தது. நெடு நேரம் யோசித்துவிட்டு, கையில் பணமில்லாததைச் சொல்லி ஒரு குறுஞ்செய்தி மட்டும் அனுப்பினான்.

இரவு இரண்டு இட்லி சாப்பிட்டுவிட்டு ஒரு டோலோ *650* போட்டுக்கொண்டு படுத்தான். நெடுநேரம் பயந்துகொண்டே இருந்தான். பிறகு தூங்கிப் போனான். காலை கண் விழித்தபோது, காய்ச்சல் விட்டிருந்தது. தான் இறந்துவிடவில்லை என்பது அவனுக்கு மகிழ்ச்சியளித்தது. அப்படியெல்லாம் இறந்துவிட மாட்டோம் என்று இப்போது தோன்றியது. வீட்டுக்குப் பேசலாம் என்று போனை எடுத்தான். தயாரிப்பாளருக்கு அனுப்பிய மெசேஜ் நினைவுக்கு வந்தது. அவசரமாக அதைத் திறந்து பார்த்தான். ஆனால் அவரிடம் இருந்து பதில் வந்திருக்கவில்லை.

ஞானமடைதல்

தனது பன்னிரண்டாம் வயதில் கோவிந்தசாமிக்கு ஞானம் பெறுவதில் தாகம் உண்டானது. பதினான்காம் வயதில் அவன் வீட்டை விட்டு ஓடிப் போனான். பதினைந்தில் ஒரு குருவைக் கண்டுபிடித்து அவரிடம் தனது உள்ளக்கிடக்கையைத் தெரிவித்துவிட்டு, அவருக்குக் கால் அமுக்கிவிட ஆரம்பித்தான்.

இரண்டு வருடங்களுக்குப் பிறகு தனது குரு ஒரு டுபாகூர் என்று தெரிந்துகொண்டு அவரைவிட்டு விலகினான். வித்தவுட்டில் தேசமெங்கும் சுற்றித் திரிந்துவிட்டு இறுதியில் இமயமலைச் சாரலை அடைந்தான். ஓசி உணவு கிடைக்கும் இடங்களில் எல்லாம் குருநாதர்களைத் தேடித் திரிந்தான். ஒருவர் அவனை தியானம் செய்யச் சொன்னார். இன்னொருவர் யோகம் பயிலச் சொன்னார். வேறொருவர் நாம ஜபமே உய்ய வழி என்றார். அவன் சப்பாத்தி சப்ஜி சாப்பிட்டபின்

அனைத்தையும் முயற்சி செய்துவிட்டு தினமும் தூங்கிப் போனான்.

இப்படியே பல்லாண்டுகள் ஓடிய பின்பு கோவிந்தசாமி ஊருக்குத் திரும்பி வந்தான். அதற்குள் அவனது தந்தை இறந்து போயிருந்தார். அவரது சொத்தாக இருந்த வீடு அவன் பேருக்கு வந்து சேர்ந்தது. மருமகன் வளர்ந்து தன் மகளைத் திருமணம் செய்துகொண்டு தன் வியாபாரத்தையும் பார்த்துக்கொள்வான் என்று எண்ணியிருந்த அவனது தாய்மாமனும் இறந்துவிட்டிருந்தார். எனவே அவரது இறுதி விருப்பப்படி அவர் மகள் மலர்க்கொடியைத் திருமணம் செய்துகொண்டு அவரது புண்ணாக்கு வியாபாரத்தை கோவிந்தசாமி தொடர ஆரம்பித்தான். அவனுக்கும் மலர்க்கொடிக்கும் இரண்டு ஆண் குழந்தைகள் பிறந்தன. பிறகு அவர்கள் வளர்ந்து திருமணம் செய்துகொண்டு தனிக்குடித்தனம் போனார்கள்.

காலக்கிரமத்தில் கோவிந்தசாமிக்கு வயோதிகம் வந்தது. நோய்வாய்ப்பட்டு, ஒரு குயின் சைஸ் மெத்தையை மரணப் படுக்கையாக்கிப் படுத்துக்கொண்டான்.

"அப்பா உங்களுக்கு இறுதி ஆசை ஏதாவது இருக்கிறதா?" என்று அவன் சேமித்த சொத்துகளைத் தம் பெயருக்கு மாற்றிக்கொண்ட பின்பு மகன்கள் கேட்டார்கள்.

தனது பால்ய காலத் தேடல்களைக் குறித்து என்னென்னவோ சொல்லத் துடித்தான் கோவிந்தசாமி. உணர்ச்சி மேலிட்டு அவன்

கண்கள் கலங்கிவிட்டன. பிள்ளைகள் இருவரும் பரிதவிப்புடன் நெருங்கி வந்து அவனது கைகளை ஆளுக்கொருவராகப் பிடித்துக்கொண்டு, 'எதுவானாலும் சொல்லுங்கள். நிறைவேற்றி வைக்கிறோம்' என்றார்கள்.

"லெக் பீஸோடு ஒரு சிக்கன் பிரியாணி" என்றான் கோவிந்தசாமி.

பாராசான்

பாரா ஒரு நாள் ஞானம் பெற்று பாராசான் என்னும் ஜென் குரு ஆனான். ஆனால் அவன் பாராசான் ஆனது ஊருக்குத் தெரியாது.

அது ஊருக்குத் தெரியாது என்கிற சங்கதி பாராசானுக்கும் தெரியாது என்பதனால் ஏன் தன்னை நாடி முட்டாள்களோ சீடர்களோ இன்னும் வரவேயில்லை என்று அவன் தினமும் கவலைப்படலானான். ஒவ்வொரு புதிய முட்டாள் வரும்போதும் எப்படி அவர்களை மடக்கி, வியப்பூட்டி, பரவசப்படுத்தி, ஒரு ஓட்டாஞ்சில்லைத் தூக்கிப் போட்டு அதில் தடுக்கி விழ வைத்து ஞானவான் ஆக்கிவிட்டதாகச் சொல்லலாம் என்று தனக்குள் யோசித்து அவ்வப்போது நிறைய குறிப்புகள் எழுதி வைத்தான்.

குறிப்புத் தாள்கள் பழுப்பேறிப் போயினவே தவிர, பாராசானைத் தேடி ஒரு முட்டாள்கூட வரவேயில்லை.

பல வருடங்களுக்குப் பிறகு சலித்துப் போய் பாராசான் ஃபேஸ்புக்கில் எழுத வந்தபோது ஏற்கெனவே ஏகப்பட்ட ஓட்டாஞ்சில்லுகள் உதிர்க்கப்பட்டிருந்ததைக் கண்டு திகைத்துப் போனான். புதிதாக ஞானம் பெற உலகில் இனி யாருமே இல்லை என்றறிந்து ஒருநாள் முழுதும் ஓவென்று கதறி அழுது தீர்த்தான்.

பிறகு நாளொரு ஓட்டாஞ்சில்லைக் கொண்டு பாண்டி விளையாடிக் காலம் தள்ளலானான்.

திருகு வலி

நள்ளிரவு கதவு தட்டப்படும் சத்தம் கேட்டது. இப்படிக் காலமில்லாக் காலத்தில் பொதுவாக சுந்தர பெருமாள்தான் அழைப்பான். சிறிது எரிச்சலுடன் எழுந்து சென்று கதவைத் திறந்தேன். அவன்தான்.

'டேய், புத்தரின் இன்னொரு பல்லை நான் கண்டுபிடித்திருக்கிறேன்.' என்று சொன்னான்.

கோபத்தை அடக்கிக்கொண்டு, 'முதல் பல்லை எந்தக் கடையில் அடகு வைத்தாய்?' என்று கேட்டேன்.

'அது என்னிடம் இல்லை. இலங்கையில், கண்டியில் இருக்கிறது.'

'ஓ. சரி.'

'நீ வியப்படையவே இல்லை!'

'எதற்கு?'

'நான் புத்தரின் பல்லைத் தேடிக் கண்டடைந்திருக்கிறேன்.'

'முன்பொரு சமயம் புலிப்பாணி சித்தரின் கமண்டலத்தை இப்படித்தான் கண்டுபிடித்தாய்.'

'ஆமாம். என்னிடம் ராஜேந்திர சோழனின் முத்திரை மோதிரம்கூட இருக்கிறது. மூர்த்தி! அகழ்வாராய்ச்சி நிபுணர்களுக்கெல்லாம் கிடைக்காத பொருள்கள் எப்படி எனக்கு அகப்படுகின்றன என்றே புரியவில்லை.'

சுந்தர பெருமாள் என் நெடுநாள் நண்பன். திடீரென்று இப்படி ஆகிவிட்டான். கோபப்பட்டுப் பயனில்லை என்பதால், 'சரி போய்ப் படுத்துத் தூங்கு. காலை டாக்டரைப் பார்க்கப் போகலாம்' என்று சொன்னேன்.

'நீ நம்பவில்லை அல்லவா? இப்போதே என்னுடன் வா. நான் அந்தப் பல்லைப் பதப்படுத்தி வைத்திருக்கிறேன். உனக்குக் காட்டுகிறேன்' என்றான்.

எனக்கு இப்போது கோபம் அதிகரித்தது. 'முட்டாள், எங்கோ யாரோ சண்டை போட்டிருக்கிறார்கள். அதில் ஒருவனின் பல் உடைந்து விழுந்திருக்கிறது. ஒரு ரவுடியின் பல்லை எடுத்து வைத்துக்கொண்டு நீ புத்தரின் பல் என்று உளறுகிறாய்.'

அவன் முகம் வாடிவிட்டது. 'நீ என்னை நம்பவில்லை. நான் அதைக் கண்டெடுத்தபோது புத்தரே என் முன்னால் தோன்றி அது தன்னுடைய பல்தான் என்று சொன்னார்.'

'அப்படியா? பாவம் புத்தர். அவருக்கு கால்ஷியம் டெஃபிஷியன்ஸி இருந்திருக்கிறது. போகிற வழியெல்லாம் ஒரு பல்லை உதிர்த்துக்கொண்டே போயிருக்கிறார்.'

'கிண்டல் செய்யாதே. நீ நம்பாவிட்டாலும் நான் சொல்வது உண்மை. முதலில் எனக்கு ஒரு பொருள் கிடைக்கிறது. உடனே அதன் உரிமையாளர் என் முன்னால் தோன்றி அது தன்னுடையதுதான் என்று ஊர்ஜிதப்படுத்திவிட்டுப் போகிறார்.'

எனக்கு என்ன செய்வதென்று தெரியவில்லை. ஆனால் விளையாட்டுக்குக் கூட அவன் சொல்வதை நம்புவதாகக் காட்டிக்கொண்டுவிடக் கூடாது என்று நினைத்தேன். 'இதோ பார். உனக்கு மனவியாதி. வேலை கிடைக்காத விரக்தியில் இப்படி ஆகிவிட்டாய் என்று நினைக்கிறேன். ஒரு நல்ல மருத்துவரால் உன்னை சரி செய்துவிட முடியும்' என்று சொன்னேன்.

அவன் இரு வினாடிகள் என்னை உற்றுப் பார்த்தான். கண் கலங்கியிருந்தான்.

'டேய் அழாதே. நான் உன் நண்பன். உனக்கு நல்லதுதான் செய்வேன்.'

அவன் மேற்கொண்டு ஒன்றும் பேசவில்லை. 'சரி, வருகிறேன்' என்று சொல்லிவிட்டுப் போய்விட்டான்.

அதன்பின் நெடுநேரம் எனக்கு உறக்கம் இல்லாமல் போனது. சுந்தர பெருமாளின் பிரச்னையைப்

பற்றியே நினைத்துக்கொண்டிருந்தேன். விடிந்து எழுந்து வாசல் கதவைத் திறந்து பேப்பர், பால் பாக்கெட்டை எடுத்துக்கொண்டு திரும்பியபோது ஒரு ஜோடி செருப்பு அங்கே கிடந்ததைக் கண்டேன். சுந்தர பெருமாள்தான் மறந்துவிட்டுப் போயிருக்கிறான் என்று உடனே தோன்றியது. எடுத்து உள்ளே வைத்துவிட்டு நகர்ந்தபோது, 'மூர்த்தி நில்' என்ற குரல் கேட்டது. எனக்குப் பழக்கமில்லாத கம்பீரமான குரல்.

'யார்?'

இப்போது மாறவர்மன் குலசேகரப் பாண்டியன் என் எதிரே தோன்றினான். உருவிய வாளோடு ஒரு வெள்ளைக் குதிரையின்மீது அவன் அமர்ந்திருந்தான். அவன் காலில் செருப்பு இல்லை.

துல்லியங்களை வேட்டையாடுதல்

ஆகச் சிரமமான கலை என்பது பாத்திரம் துலக்குவதாகத்தான் இருக்க வேண்டும் என்று பாரா நினைத்தான். தனது ஒவ்வொரு முயற்சியிலும் ஏதாவது ஒரு பிசிறு இருந்துவிடுவது அவனை மிகவும் உறுத்தியது. காப்பி தம்ளர், டபராக்கள், குக்கர் போன்றவற்றைத துலக்குவது, கலையிலேயே சேராது. உண்மையான சவால் எப்போதும் வாணலியிலும் காப்பி மேக்கரிலும் உள்ளது.

அரையங்குலமாவது காந்தவிடாமல் யாருக்கும் வாணலியைப் பயன்படுத்தத் தெரிவதில்லை. தவிர, எதைச் செய்தாலும் எண்ணெயே வறுபடும் எதற்கும் அடிப்படையாக இருப்பதால் பிசுக்கு தவிர்க்க முடியாது. கரகரவென நடுவில் தேய்த்துக் கழுவிவிடலாம். ஆனால் கைப்பிடி இடுக்குகளுக்குள் பதுங்கியிருக்கும் உணவுத் துகள்களையும் எண்ணெய்ப் பிசுக்கையும் எடுப்பது சிரமம். அதே போலத்தான் காப்பி மேக்கரின்

வடிகட்டி பாகம். நன்கு கழுவி காய வைத்துவிட்டு வெளிச்சத்தில் எடுத்து ஆராய்ந்து பார்த்தால் ஏதோ ஒரு சிறு துவாரத்துக்குள் ஒரே ஒரு காப்பித் தூள் அமர்ந்திருக்கும். உலகில் அழிக்கவே முடியாத கரப்பான்பூச்சி இனத்துக்கு அது சவால் விடுவது போல இருக்கும்.

அவன் ஒவ்வொரு முறையும் நுணுக்கமாகவும் தீவிரமாகவும் தேய்த்துக் கழுவுவான். சரியாகக் கழுவியிருக்கிறோமா என்று முன்னும் பின்னும் உருட்டிப் பார்த்துவிட்டுத்தான் கவிழ்த்துவிட்டுப் போவான். எண்ணி இரண்டு நிமிடங்களுக்குள் அவனது மனைவி அழைத்து ஏதேனும் ஓர் இருட்குகையைச் சுட்டிக்காட்டுவாள். 'பாரு, சரியாவே பண்ணல.'

இதனிடையில் பாராவின் சட்டச் சகோதரி ஒரு டிஷ் வாஷ் இயந்திரம் வாங்கியிருக்கிறாள் என்ற தகவல் வந்தது. ஒரு தொட்டியில் துலக்க வேண்டிய பாத்திரங்களைப் போட்டுவிட்டு, இன்னொரு இடத்தில் திரவ சோப்பை நிரப்பிவிட்டு ஸ்விட்சைப் போட்டால் அது கடமுடாவென்று உருட்டிப் புரட்டித் தேய்த்துக் கொடுத்துவிடும் என்று சொன்னார்கள்.

அதைக் காண்பதற்காகவே பாரா ஒருநாள் அவள் வீட்டுக்குப் போனான். சமையலறையின் கணிசமான இடத்தை ஆக்கிரமித்துக்கொண்டு, ஓய்வெடுக்கும் ஒரு கிழட்டு எருமையைப் போல இருந்தது அது. பாராவின் சட்டச் சகோதரி துலக்க வேண்டிய பாத்திரங்களை அதில் போட்டு,

சோப்புக் கரைசலை ஊற்றி ஸ்விட்சைப் போட்டு டெமோ காட்டத் தொடங்கினாள்.

சத்தம் சற்று நாராசமாக இருந்தது. ஆனால் உள்ளே வேலை நடக்கிறது. அவன் ஆர்வமுடன் காத்திருந்தான். உரிய நேரம் முடிந்ததும் ஸ்விட்சை அணைத்துவிட்டு டிஷ் வாஷ் இயந்திரத்தை சட்டச் சகோதரி திறந்தாள். பாரா பாத்திரங்களை எடுத்து ஆராய்ந்தான். பரவாயில்லை. அந்த இயந்திரமும் அவனைப் போலவே கலையுள்ளத்துடன்தான் வேலை பார்த்திருக்கிறது.

அவன் அவசரமாக வாணலியை எடுத்து, கைப்பிடி ஓர இடுக்குகளை ஆராய்ந்தான். எதுவும் ஒட்டிக்கொண்டிருக்கவில்லை. எண்ணெய்ப் பிசுக்கும் மிச்சம் இல்லை. ஓர் இயந்திரத்தால் தான் தோற்கடிக்கப்படுவது அவனுக்கு ஏமாற்றமாக இருந்தது.

வீட்டுக்கு வந்து மனைவியிடம், 'நாமும் ஒரு டிஷ் வாஷர் வாங்குவோமா?' என்று கேட்டான். சிறிதும் யோசிக்காமல் அவள் 'அதெல்லாம் வேணாம்' என்றாள்.

'பாரு, சரியாவே பண்ணல' என்று எடுத்துக் காட்ட வழியில்லாத துல்லியங்களைக் கலை விமரிசகர்கள் ஏற்பதில்லை.

நடந்தது

தவறு நடந்துவிட்டது என்று நினைக்கத் தோன்றவில்லை. விரும்பிச் செய்த ஒன்று எப்படித் தவறாகும்? ஆனால் வீட்டில் எப்படிச் சொல்வது என்பதில் குழப்பம் இருந்தது. ஆறுமுகம் நல்லவன். 'கட்ன புடவையோட வா. நான் இருக்கேன் ஒனக்கு' என்றுதான் நேற்றுக்கூடச் சொன்னான். ஆனால் தன் வீடு அவ்வளவு எளிதாக இதை ஏற்காது என்று நினைத்தாள். அம்மா அழுவாள். அப்பா கையில் கிடைப்பதைத் தூக்கிப் போட்டு உடைப்பார். இழுத்துத் தள்ளி மிதிப்பார். ஆனால் அப்போதும் கவனமாக, வெளியே போ என்று சொல்லமாட்டார் என்று தோன்றியது. அனைத்தையும் மறைத்து அவசர அவசரமாக வெளியூரில் மாப்பிள்ளை பார்க்க ஆரம்பிப்பார்.

குடும்ப மானம் என்ற ஒன்றினைப் பற்றி அவளுக்குக் குழப்பம் இருந்தது. விருப்பங்களை விட்டுக் கொடுத்தால் மட்டுமே வாழக்கூடிய

ஒன்றை அவ்வளவு பொருட்படுத்த வேண்டுமா என்று நினைத்தாள். இதெல்லாம் தனக்குச் சாதகமானதை மட்டும் தேர்ந்தெடுத்துக்கொள்ளும் சிந்தனையின் குரளி என்றும் தோன்றியது. அப்பாவோ அம்மாவோ குறை சொல்லும்படியாக இதுவரை நடந்துகொண்டதில்லை. பாசமாகத்தான் இருப்பார்கள். அப்படியே இனியும் இருப்பார்களா என்பதுதான் சந்தேகமாக இருந்தது. எப்படியும் யாருடனோ வாழ அனுப்பத்தான் போகிறார்கள். அது தனக்குப் பிடித்தவனாக இருப்பதில் என்ன பிழை என்று நினைத்தாள்.

சொல்லிவிடலாம் என்று தீர்மானித்து இருவரையும் ஒருசேர வைத்தே சொன்னாள். சிறிது அதிர்ச்சி அடைந்தார்கள். ஆனால் எதிர்பார்த்ததுபோல விபரீதமாக ஒன்றும் நடக்கவில்லை.

'அவன் வீட்ல இத சொல்ல வேணான்னு சொல்லு. நாங்க போய்ப் பேசி முடிச்சிடுறோம். ஊர்க்காரவுகள நம்பினாலும் உறவுக்காரவுகள நம்ப முடியாது. நாளபின்ன ஒரு சண்டைன்னு வந்தா அசிங்கமா அவங்காத்தாளே இத சொல்லிக் காட்டுவா. நம்ம குடும்ப மானம் சந்தி சிரிக்கும்.'

நாள் காட்டி

புராதனமான அந்த நாள்காட்டியை அவன் பரணில் இருந்து எடுத்தான். அது எப்போது எப்படி அங்கே வந்தது என்று தெரியவில்லை. அப்பாவோ, அவரது மூதாதையர் யாரோ உபயோகித்திருக்க வேண்டும். சுடுமண் பலகையில் அந்நாள்காட்டி எழுதப்பட்டிருந்தது. எழுத்துகளுடன் சில சித்திரங்களும் வரையப்பட்டிருந்தன. விளக்கப் படங்களாக இருக்கலாம் என்று நினைத்தான். பலகை பெரும்பாலும் சிதைந்திருந்தது. சந்தேகமின்றி ஒரு தொல்பொருள். ஜாக்கிரதையாக அதனைக் கீழே இறக்கினான். நெடி உக்கிரமாக நாசியைத் தாக்கியது. தும்மல் வந்தது. ஒரு துணியால் முகத்தை மூடிக்கொண்டு நன்றாகத் தட்டி, சுத்தம் செய்தான். கூர்ந்து படித்துப் பார்க்க முயற்சி செய்தான். மொழி புரியவில்லை. தவிர, எழுத்துகள் மங்கிப் போயிருந்தன. தனக்குத் தெரிந்த மொழி வல்லுநரிடம் அதைக் கொண்டு சென்று, என்ன எழுதியிருக்கிறது என்று படித்துச் சொல்லக்

கேட்டான். ஆர்வமுடன் அவர் அதை ஆராய்ந்தார். பிறகு சொன்னார், "இது நமக்குப் பின்னால் வந்த மாயன் நாகரிக காலத்தில் உருவாக்கப்பட்ட நாள்காட்டி. உலக அழிவுக்கான தேதி இதில் குறிக்கப்பட்டிருக்கிறது."

"அப்படியா? அந்தத் தேதியில் உலகம் அழிந்ததா?" ஆர்வம் பொங்கக் கேட்டான்.

"தெரியவில்லை. புதைக்கப்பட்ட பிறகு நான் பேப்பர் படிப்பதை நிறுத்திவிட்டேன்."

நிழலற்றவன்

இது ஒரு பிரச்னை. எப்போதும் இருப்பதல்ல. இப்போது சிறிது காலமாகத்தான் இவ்வளவு ஞாபக மறதி. வயதானால் நினைவுகள் ஒவ்வொன்றாக உதிரும் என்று அவன் கேள்விப்பட்டிருந்தான். அப்படியொன்றும் தனக்கு வயதாகவில்லை என்று உடனே நினைத்துக்கொண்டான். இருந்தாலும் மறந்துவிடுகிறது.

நேற்றுக் காலை பல் துலக்கிய பின்பு பிரஷ்ஷை அதன் வழக்கமான இடத்தில் வைக்காமல் எடுத்து வந்து டிவி ஸ்டாண்ட் அருகே வைத்துவிட்டான். மறுநாள் நெடுநேரம் பிரஷ்ஷைத் தேடிக்கொண்டே இருந்துவிட்டுப் பிறகு விரலால் பல் துலக்கும்படி ஆனது.

அன்றைக்கு அலுவலகத்தில் உடன் வேலை பார்க்கும் ஒருத்திக்குப் பிறந்த நாள் என்று முந்தைய தினமே ப்யூன் தகவல் சொன்னான். அவளுக்கு

மகிழ்ச்சி தரத்தக்க வகையில் திடீரென்று கேக் வெட்டிக் கொண்டாட முடிவு செய்திருப்பதாக அவன் சொன்னது பிடித்திருந்தது. இன்ப அதிர்ச்சிகள் பிடிக்காதோர் இருக்க முடியாது. எதிர்பாராத கேக்குக்கு எல்லோருடனும் சேர்ந்து அவனும் பணம் போட்டான். இருந்தாலும் தனிப்பட்ட முறையில் அவளுக்குத் தான் ஏதேனும் ஒன்றை வாங்கிப் பரிசளிக்கலாம் என்று தோன்றியது. பணிக்குச் சேர்ந்த நாளாகப் பெரிதாக அவளுடன் பேசியதில்லை. அவளுக்கு அவளது வேலை. அவனுக்கு அவனது வேலை. ஒரே அறையில் வேறு வேறு உலகத்தில் வாழ்பவர்களிடையே சொற்களுக்கு அதிகம் இடமிருப்பதில்லை. தெரிந்த ஒருத்தியை நட்பாக்கிக்கொள்ள அந்த எதிர்பாராத பரிசு உதவும் என்று நினைத்துக்கொண்டான். ஆனால் மறுநாள் அது மறந்து போனது. அலுவலகத்தில் கேக் வெட்டும்போதுதான் நினைவுக்கு வந்தது. மிகவும் சோர்ந்து போனான்.

வேறொரு சமயம் அவனது அப்பாவின் திதி நாள் வந்தபோது அவன் டூரில் இருந்தான். சடங்கு சம்பிரதாயங்களில் பெரிய நம்பிக்கை கிடையாது அவனுக்கு. ஆனால் அவன் தந்தைக்கு அது நிறையவே இருந்தது. திதி என்பதென்ன. இறந்தவர் திருப்திக்குச் செய்வதல்லவா? இறந்த பின்பு ஒருவருக்குத் திருப்தி அல்லது திருப்தியின்மை எல்லாம் இருக்குமா என்று தெரியாது. எல்லோரும் சொன்னார்கள். எனவே, அவர் இறந்த மறு வருடம் முதல் ஒழுங்காக அதனைச் செய்து வந்தான். அந்த முறை டூரில் இருக்க நேர்வதால் ஏதேனும்

ஒரு நீர் நிலைக்குச் சென்று யாராவது ஒரு ஐயரை வைத்துத் திதி கொடுத்துவிடு என்று தெரிந்தவர்கள் சொல்லி அனுப்பியிருந்தார்கள். ஒருவேளை அது முடியாமல் போனால் யாராவது ஒரு ஏழை அல்லது பிச்சைக்காரர் அகப்பட்டால் ஒரு வேட்டி துண்டுடன் இரண்டு வாழைக்காய்களை வைத்துக் கொடுத்துவிடும்படியும் சொன்னார்கள்.

இரண்டுமே முடியாமல் போய்விட்டது. குறிப்பிட்ட நாள் விடிந்தது முதலே அவனுக்கு வேலை கழுத்தைப் பிடித்தது. அப்பாவின் திதியை மறந்து அவன் அலுவலக வேலையில் மூழ்கியிருந்தான். தவிரவும் திதி தினத்தன்று தவிர்க்க வேண்டும் என்று சொல்லப்பட்டிருந்த அனைத்தையும் அவன் அன்று உண்டிருந்தான். இரவு இது நினைவுக்கு வந்தபோது துக்கம் தாளாமல் சுவரில் முட்டிக்கொண்டு கதறித் தீர்த்தான்.

இது ஒரு வியாதியா, அல்லது இது மட்டும்தான் வியாதியா என்று அவனுக்குக் குழப்பமாக இருந்தது. ஏனெனில், ஞாபகங்களைப் போலவே அவனுக்கு நகமும் அடிக்கடி இப்படித்தான் உதிர்ந்துவிடும். நகம் மட்டுமல்லாமல் தலைமுடியும். ஒருநாள் காலை கண் விழித்து எழுந்ததும் வழக்கம்போலத் தனது உள்ளங்கையைப் பார்த்தான். பளிச்சென்று மூன்று ரேகைகள் எப்போதும் இருக்கும் அதில் அன்றைக்கு இரண்டு ரேகைகள் மட்டுமே இருந்தன. பதறி எழுந்து போர்வையை விலக்கித் தேடியபோது, உள்ளங்கையில் இருந்து விழுந்த ரேகை படுக்கையில் கிடந்ததைக் கண்டான். சிறிது ஆசுவாசமாகி எடுத்துப் பொருத்திக்கொண்டான்.

என்ன பிரச்னை என்றால் எல்லா சமயத்திலும் இப்படி உதிர்வது உடனே கிடைத்துவிடுவதில்லை. அன்றைக்கு அந்தப் பெண்ணுக்குத் திருமணம். அலுவலகத்தில் கேக் வெட்டி, பிறந்த நாள் கொண்டாடிய பெண். அன்றைக்கு அவளுக்குத் தர மறந்து போன பரிசுப் பொருளை இன்று கண்டிப்பாகச் சேர்த்துத் தந்துவிட வேண்டும் என்று நினைத்துக்கொண்டான். மறக்காதிருப்பதற்குத் தனது மொபைல் போனில் ரிமைண்டரும் போட்டுக்கொண்டான்.

நல்லவேளை மறக்கவில்லை. மறுநாள் அவள் திருமணத்துக்குக் கிளம்பும்போது பரிசுப் பொருள் அங்காடிக்குச் சென்று இரண்டு அற்புதமான பரிசுகளை வாங்கித் தனித்தனியே பேக் செய்துகொண்டான். அங்கிருந்து ஆட்டோ பிடித்து நேரே திருமண மண்டபத்துக்குப் போனான். அலுவலக சகாக்கள் அனைவரும் வந்திருந்தார்கள். பெரும்பாலானோர் அவரவர் மனைவியுடனும் சிலர் குழந்தையுடனும்கூட வந்திருந்தார்கள். எப்போதும் அவனிடம் சிடுசிடுக்கும் அலுவலக மேலாளர்கூட 'நீ ஏன்யா இன்னும் ஒண்டிக்கட்டையாவே இருக்க?' என்று கேட்டுவிட்டுச் சிரித்தார்.

திருமணம் சிறப்பாக நடந்தது. அத்தனை பெரிய கூட்டத்தை அவன் பார்த்ததில்லை. அனைவரும் சிரிப்பும் உற்சாகமுமாக இருந்தார்கள். நூற்றுக்கணக்கான பெண்கள் இங்கும் அங்கும் ஓடிக்கொண்டே இருந்ததைக் கண்டான். எல்லாம் பிரமிப்பாக இருந்தது. எல்லாம் புதிதாக இருந்தது.

எல்லாம் சரியாக இருந்திருந்தால் அவனுக்கும் வாழ்க்கையில் அப்படி ஒரு சம்பவம் நடந்திருக்கும். இனியும்கூட நடக்கலாம்தான். ஆனால் கண் எட்டிய தொலைவில் அப்படியொரு வாய்ப்பு இருப்பதாக அவனுக்குத் தோன்றவில்லை.

சாப்பிடப் போவதற்கு முன்னால் மேடைக்குச் சென்று அவளுக்குப் பரிசைக் கொடுத்தான். மறக்காமல் இரண்டாவது பார்சலையும் கொடுத்து, 'பிறந்த நாள் அன்று கொடுக்க மறந்தது' என்றும் சொன்னான். அவள் சிரித்தாள். நன்றி சொல்லி ஏற்றுக்கொண்டாள். தனது புதிய கணவனுக்கு அவனை அறிமுகப்படுத்தி வைத்தாள்.

சாப்பிட்டுவிட்டுச் சிறிது நேரம் அங்கேயே அமர்ந்திருந்தான். எல்லோரும் பேசிக் கொண்டிருந்ததைக் கேட்டுக்கொண்டிருந்தான். சட்டென்று வாழ்வில் ஒருநாள் இப்படி பரபரப்பான மனிதர்களிடையே சும்மா உட்கார்ந்திருப்பதும் நன்றாக இருப்பது போலப்பட்டது. கிளம்பும்போது வெளியே விட்டிருந்த செருப்பை மறக்காமல் தேடி அணிந்துகொண்டான். அது சந்தோஷமாக இருந்தது. எப்போதும் இப்படிப்பட்ட சந்தர்ப்பங்களில் அவன் செருப்பைத் தவறவிட்டுவிடுவது வழக்கம். இன்று அது நடக்கவில்லை என்பதே தனக்கு வயதாகிவிடவில்லை என்ற எண்ணத்தை உறுதிப் படுத்தியது. மகிழ்ச்சியுடன் கிளம்பிப் போனான்.

வீடு சென்றடைந்தபோதுதான் திரும்பிப் பார்த்தான். திக்கென்றிருந்தது. அவனது நிழலைக் காணவில்லை. பதறிக்கொண்டு மீண்டும் திருமண

மண்டபத்துக்கு ஓடினான். செருப்பை விட்ட இடத்திலேயே தேடிப் பார்த்தான். இல்லை. பரிசுப் பொருள் வாங்கிய கடைக்குச் சென்று தேடினான். அங்கும் இல்லை. அவனுக்குப் பைத்தியம் பிடித்தாற்போல இருந்தது. நிழல் இல்லாமல் எப்படிக் காலம் தள்ள முடியும்? எனவே சிறு வயது முதல் தான் போன இடங்கள் அனைத்தையும் நினைவுகூர்ந்து நிழலைத் தேடிப் போகத் தொடங்கினான். பிறகு அவனுக்கு வயதானது.

கைப் பை

இறப்பதற்கு அரை மணி நேரம் முன்பிருந்தே அப்பா 'பை.. பை..' என்று சொல்லிக்கொண்டிருந்தார். சொல்லிக்கொண்டு விடைபெறும் அளவுக்கு காலமறிந்தவர் என்று நாங்கள் கருதவில்லை. அதனால் நினைவு தவறி ஏதோ உளறுகிறார் என்று நினைத்தோம். அம்மா, 'அந்தப் பையைக் கொண்டு வந்து அவர் கையிலே குடுடா' என்று சொன்னாள். அப்போதுதான் அவர் தனது கைப்பையைக் கேட்டிருக்கிறார் என்று புரிந்தது.

அப்பாவின் கைப்பைக்குக் குறைந்தது முப்பது வயது இருக்கும். எனக்கு நினைவு தெரிந்து அவர் பையை மாற்றியதில்லை. அது ஒரு புராதனமான செங்கல் நிற ரெக்ஸின் பை. ஓரங்களில் கையால் தையல் போடப்பட்டிருக்கும். செருப்புத் தைக்கும் தொழிலாளிகளிடம் பல முறை அதன் கைப்பிடி வாரை மட்டும் அவர் மாற்றியிருக்கிறார். ஒவ்வொரு முறையும் அது செங்கல் நிறத்துக்குப் பொருந்தாத வேறேதாவது நிறத்தில் அமையும். அதை அவர் பொருட்படுத்த மாட்டார். ஒன்றிரண்டு

முறை ஜிப்பை மாற்றியிருக்கிறார். ஆனால் அழுக்கேறி, பார்க்க விகாரமான தோற்றத்தை அடைந்துவிட்டிருந்த அந்தப் பையை அவர் மாற்ற நினைத்ததில்லை.

அந்தப் பைக்கென்று குறிப்பிடத்தக்க சரித்திரம் எதுவும் இருப்பதாகத் தனக்குத் தெரியவில்லை என்று அம்மா சொன்னாள். ஆனால் நெடுங்காலமாக வைத்திருக்கிறார் என்பதில் சந்தேகமில்லை. அவர் வேலைக்குப் போய்க்கொண்டிருந்த நாள்களில் இருந்து. ஓய்வு பெற்றதும் பென்ஷன் அலுவலகத்துக்கு அடிக்கடி போவார். அப்போதும் அதே பைதான். பிறகு ஏதாவது திருமணம், இதர நிகழ்ச்சிகள் என்றாலும் அவர் கையில் அந்தப் பை இருக்கும். அதற்குள் இருந்துதான் மொய்க்கவரை எடுத்துக் கொடுப்பார். (நூற்றியொரு ரூபாய்க்கு மேல் பொதுவாக அவர் மொய்க்கவர்களில் வைக்க மாட்டார்.) முதல் முறை நெஞ்சு வலி வந்து மருத்துவமனைக்குச் சென்றபோதுகூடத் தன் கைப்பையை மறக்காமல் எடுத்துக்கொண்டுதான் ஆம்புலன்ஸில் ஏறிப் படுத்தார். பிழைத்து வீடு திரும்பிய பின்பு தனது இதயக் கனியைக் காக்கும் மருந்து மாத்திரைகள், டாக்டர் ப்ரிஸ்கிருப்ஷன்கள், ரிப்போர்ட்டுகள் போன்றவற்றை அந்தப் பைக்குள் வைத்து பக்கத்தில் வைத்துக்கொண்டார். எனவே உயிர் பிரியும் நேரத்தில் அவருக்கு மிகவும் பிரியமான அவரது கைப்பையை அருகே வைப்பது நியாயமானது என்று நினைத்தோம்.

காரியங்கள் முடிந்து உறவினர்கள் போனபின்பு அப்பாவின் கைப்பையை எடுத்தேன். உயில் போல ஏதேனும் ஒன்றோ, அல்லது இதுவரை

எங்களிடம் தெரியப்படுத்தாத அவரது சேமிப்பு குறித்த விவரங்களோ அதில் இருக்கலாம் என்று தோன்றியது. இல்லாவிட்டால் மரணப் படுக்கையிலும் கவனமாக அதை நினைவுகூர்ந்து கேட்டிருக்க மாட்டார்.

உள்ளே இருந்தவற்றை ஒவ்வொன்றாக வெளியே எடுத்தேன். மளிகைக்கடை பில்கள் இருந்தன. மருந்துச் சீட்டுகள், மாத்திரைகள் இருந்தன. நாற்பத்தைந்து ரூபாயும் பதினெட்டு ரூபாய்க்குச் சில்லறைக் காசுகளும் இருந்தன. ஏதோ கோயிலில் கொடுத்த குங்குமத்தை கேலண்டர் தாளில் மடித்து வைத்திருந்தார். பஸ் டிக்கெட்டுகள் சில இருந்தன. இரண்டு அஜந்தா பாக்குப் பொட்டலங்களும் ஒரு விக்ஸ் இன்ஹேலரும் இருந்தன. சில பற்கள் உடைந்த ஒரு சீப்பு இருந்தது. பிறகு முப்பத்தைந்து ஆண்டுகளில் அவர் கொட்டிக் கவிழ்த்தது போக மிச்சமிருந்த தூசுத் துகள்கள். சிறிதளவு வியக்கும்படியாகக்கூட அதில் ஒன்றுமில்லாதது ஏமாற்றமாக இருந்தது.

அனைத்தையும் அள்ளிக் கொண்டுபோய்க் கொட்டிவிட்டு வந்த பின்பு, அந்தப் பையை என்ன செய்யலாம் என்று யோசித்தேன். சில மாதங்களுக்கு முன்புதான் ஜிப் மாற்றியிருந்தார். இப்போதைய அதன் வார் பச்சை நிறத்தில் இருந்தது. அதைத் தைத்த நூலின் ஒரு முனை பிரிந்து நீட்டிக்கொண்டிருந்தது.

வெளியே எறிந்துவிடச் சிறிது தயக்கமாக இருந்தது. பரணில் தூக்கிப் போட்டேன். அப்பா அதற்குள் சென்று படுத்துக்கொண்டார்.

பிறகு வாழ்வது

படுக்கப் போகும்போது ஒன்றுமில்லை. அதிகாலையில் வினோதமான சத்தம் கேட்டுக் கண் விழித்தான். இருளில் குறிப்பாக எதுவும் தெரியவில்லை. எழுந்துகொள்ளப் பார்த்தபோதுதான் அபாயம் புரிந்தது. ஆயிரக்கணக்கான வெட்டுக்கிளிகள் அறைக்குள் எப்படியோ நுழைந்துவிட்டிருந்தன. பாய்ந்து விளக்கைப் போடப் பார்த்தபோது முகமெல்லாம் அவை மோதி மொய்க்கத் தொடங்க, ஐயோ என்று அலறினான். அலறும்போது திறந்த வாய்க்குள் சட்டென்று சில வெட்டுக்கிளிகள் நுழைந்து உள்ளே போய்விடவும், அச்சத்தில் மேலும் அலறிக்கொண்டே கதவைத் திறந்துகொண்டு வெளியே பாய்ந்தான்.

பெரிய தவறு. வெளி முழுவதும் அவை ஆக்கிரமித்திருந்தன. பல லட்சம் கோடி வெட்டுக்கிளிகள். எங்கிருந்து எப்படி வந்தன என்று தெரியவில்லை. காலியான கறிக்கடையின்

ஈரத்தின்மீது மொய்க்கும் ஈக்களைப் போல அவை நகரம் முழுவதையும் சுழன்று சுழன்று மொய்த்துக்கொண்டிருந்தன. எதையும் யாரையும் அவை விட்டு வைக்கப்போவதில்லை என்பது புரிந்துவிட்டது. ஊழித் தருணம் வெட்டுக்கிளியின் வடிவில் வரும் என்று எண்ணிப் பார்த்ததில்லை.

இறப்பதற்கு முன்பு, செய்த பாவங்களை எண்ணிப் பார்த்துச் சிறிது வருந்திவிட விரும்பினான். எண்ணிக்கைக்குள் அவை அடங்குமா என்று தெரியாத போதிலும் முடிந்தவரை நினைவுகூர்ந்தால் நன்றாக இருக்கும் என்று தோன்றியது. ஆனால் அதற்குள் அவன் வாய் வழியே உள்ளே போன வெட்டுக்கிளிகள் உட்புறத்தைக் கொத்தித் தின்னத் தொடங்கிவிட்டன. வலி பொறுக்காமல் கதறியபடியே ஓடத் தொடங்கினான். மிதிபட்ட இடமெங்கும் வெட்டுக்கிளிகளே இருந்தன. தப்பித்து ஓடுவதையும் அவற்றின் பிணங்களின்மீதேதான் செய்யவேண்டும் என்பது மரணத்தினும் கொடும் துயரமாக இருந்தது. கண்களில், காதுகளில், கழுத்தில், உச்சந்தலையில் நூறு நூறாக அவை ஏறி அமர்ந்து ஊர்வது தாங்காமல், 'சனியனே! செத்துத் தொலை' என்று கத்தினான்.

பிறகு வாழத் தொடங்கினான்.

பேயைப் பெற்றவள்

ஒரு ஊரில் ஒரு பெண் பேய் இருந்தது. அது இன்னும் இறக்காத ஒரு பையனைக் காதலித்தது. எப்படியாவது அவனைத் திருமணம் செய்துகொள்ள விரும்பி, இறந்த தன் தந்தைப் பேயிடம் சொல்லி இன்னும் இறக்காத தாயைப் போய் வரன் பேசச் சொல்லிக் கேட்டது.

தந்தைப் பேய் தன் பழைய மனைவியின் கனவில் சென்று விவரத்தைச் சொல்லி, 'நம் ஒரே மகளின் ஆசையை அன்றே நிறைவேற்றி வைத்திருந்தால் அவள் பேயாகியிருக்கவே மாட்டாள்; இப்போதாவது அவள் ஆசைப்படுவதை நடத்தி வைக்க ஆவன செய்' என்று சொன்னார்.

மறுநாள் அந்தப் பெண் பேயின் தாயார், அந்தப் பையனின் வீட்டுக்குப் போனாள். பையனும் அவன் பெற்றோரும் அவளை வரவேற்று, என்ன விஷயம் என்று கேட்டார்கள்.

'காலாகாலத்துல புள்ளைக்கு ஒரு கால்கட்டு போட்டு வைங்க. எதாச்சும் ஓடுகாலி காத்துக் கருப்பு அடிச்சிரப் போவுது.' என்று சொல்லிவிட்டுப் போனாள்.

அவன் அவள்

நாம் காதலிக்கலாம் என்று முதலில் சொன்னது அவள்தான். நம் காதலை முறித்துக் கொள்ளலாம் என்று இரண்டு வருடங்களுக்குப் பிறகு சொன்னதும் அவள்தான். முதலாவதை மகிழ்ச்சியுடனும் அடுத்ததை வேறு வழியில்லாமலும் அவன் ஏற்றுக்கொண்டான். மனித வாழ்வில் இரண்டு வருடங்கள் என்பது பெரிய கால அளவு இல்லைதான். ஆனாலும் அவனுக்கு அந்த இரண்டு வருடங்களும் நினைவுகூரும் போதெல்லாம் திருப்தி தரத் தக்கதாகவே இருந்தது.

காதலில் அர்த்தபூர்வமான உரையாடல்களுக்குப் பெரிய இடமில்லை. அது அவசியமும் இல்லை என்று அவன் கருதினான். அவளோடு இருப்பதும் பேசுவதும் சிரிப்பதும் அலைந்து திரிவதும் பிடித்திருந்தது. அவளுக்குப் பிடித்தவற்றை அவன் தெரிந்துகொண்டான். அவனைக் குறித்து அவளும் முழுவதுமாகக் கேட்டு அறிந்துகொண்டாள்.

அடுத்தக் கட்டமாகத் திருமணத்தைக் குறித்துப் பேச்செடுக்கலாம் என்று அவன் யோசிக்கத் தொடங்கியபோதே அவள் அதற்கு வாய்ப்பில்லை என்று சொன்னாள். எல்லா வீடுகளிலும் சாதி, அந்தஸ்து இரண்டில் ஒன்று பிரச்னையாக இருக்கும். அவளுக்குச் சற்று வேறு விதமான பிரச்னை வந்தது.

திடீரென்று மாரடைப்பு வந்து மருத்துவமனையில் சேர்க்கப்பட்ட அவளது தந்தை, மரணப் படுக்கையில் இருந்தபோது யாரும் எதிர்பாராத விதமாகத் தனது தங்கையின் மகனை வரவழைத்து, அந்தக் கணமே தாலி கட்டச் சொல்லி, பார்த்து ஆசீர்வாதம் செய்துவிட்டுச் செத்துப் போய்விட்டார். எவ்வளவு நாள் அதிர்ச்சி அடைந்தபடியே இருக்க முடியும்? அவள் மன்னிப்புக் கேட்டுக்கொண்டு அத்தை மகனுடன் குடும்பம் நடத்தப் போனாள்.

பிறகு அவளுக்குக் குழந்தை பிறந்தது. அவள் புருஷன் வெளிநாட்டில் வேலை கிடைத்துப் போனான். நிறைய சம்பாதித்து அனுப்பி அவளைப் பணக்காரி ஆக்கினான். ஒரு தாயாகவும் பணக்காரியாகவும் ஆனபடியால் அவள் குண்டானவளாகவும் ஆகிவிட்டாள்.

ஓர் இடைவெளிக்குப் பிறகு அவன் சென்னைக்கு வந்தபோது வேளச்சேரி மாலில் அவளைப் பார்த்தான். தனது நான்கு வயது மகனுடன் அவள் ஷாப்பிங் வந்திருந்தாள். பார்த்ததும் சிறிது வியப்படைந்தாள். பிறகு சில வினாடிகள் வருத்தப்பட்டு, அதன் பின் சகஜமாகித் தன் மகனுக்கு அவனை அங்கிள் என்று

அறிமுகப்படுத்தினாள். மகனின் சேட்டைகளைக் குறித்தும், இந்த வருடம் தன் கணவன் நாடு திரும்பிவிடுவான் என்றும் திருமங்கலத்தில் ஒரு வீடு கட்டிக்கொண்டிருப்பதைப் பற்றியும் மூன்று மாதங்களில் கிரகப்பிரவேசம் இருக்கும் என்றும் சொன்னாள். அவன் அனைத்தையும் கேட்டுக்கொண்டான்.

பிறகு அவனைக் குறித்து விசாரித்தாள். வேலை, சம்பளம், வீடு, பெற்றோர், தங்கை அனைத்தைக் குறித்தும் அக்கறையுடன் கேட்டுவிட்டு, திருமணமாகிவிட்டதா என்று கேட்டாள்.

'ஆயிடும். பொண்ணு ரெடியாத்தான் இருக்கா. என் டைவர்ஸ் கேஸ்தான் முடியாம இழுத்துக்கிட்டிருக்கு' என்று சொன்னான்.

வாடகைப் பை

கருப்பையை வாடகைக்கு விட்டதற்குப் பணம் கிடைத்தது. ஓராண்டுக் காலம் அந்தப் பணத்தை வைத்துக்கொண்டு உண்ண முடிந்தது. அவ்வப்போது விரும்பிய எளிய ஆடம்பரங்களையும் அனுபவிக்க முடிந்தது. பெற்றுத் தரப் பணம் கொடுத்துவிட்டு, அடுத்த வருடம் வருகிறோம் என்று சொல்லிவிட்டுப் போன புருஷன் பெண்டாட்டி அமெரிக்கர்கள். அவர்கள் எப்போது வருவார்கள் என்று தெரியவில்லை. குழந்தை பிறந்து இரண்டு மாதங்களாகிவிட்டன. *zoom callல்* குழந்தையைக் காட்ட வேண்டியிருக்கிறது. தினமும் அவர்கள் நாற்பது நிமிடங்களுக்குக் கொஞ்சுகிறார்கள். சிக்கல்கள் தீர்ந்ததும் பறந்து வந்து எடுத்துச் சென்றுவிடுவோம் என்று அதனிடம் சொல்லும் பாவனையில் அவளிடம் சொல்லிக்கொண்டிருக்கிறார்கள். ஆனால் சிக்கல்கள் எப்போது தீரும் என்று தெரியவில்லை.

'குழந்தையை பத்திரமாகப் பார்த்துக்கொள்' என்று தகப்பன் சொன்னான்.

மேற்கொண்டு பணம் தேவைப்பட்டால் தயங்காமல் கேட்கும்படி தாய் சொன்னாள்.

எவ்வளவு நல்லவர்கள். தன்னைக் கவ்வியது அதனைத் தொடாதிருக்க வேண்டும் என்று எண்ணிக்கொண்டாள்.

மறுநாள் இறந்தாள்.

வாழும் கலை

எப்படியும் வேலை போய்விடும் என்று எதிர்பார்த்தான். கொத்தாக இருபது இருபத்தைந்து பேரைத் தூக்கப் போகிறார்கள் என்று தகவல் பரவ ஆரம்பித்திருந்தது. நிர்வாகம் கூப்பிட்டுச் சொல்வதற்கு முன்னால் எழுதிக் கொடுத்துவிட்டு வந்துவிடலாம் என்று தோன்றியது. இன்னோர் இடத்துக்குப் போய் உட்காராமல் இருக்கப் போவதில்லை. ஆனாலும் இடைப்பட்ட நாள்கள் சிறிது சிரமமாகத்தான் இருக்கும். கையிருப்பு அதிகமில்லை. செலவே செய்ய முடியாது என்றில்லை. எதையும் யோசித்துச் செய்ய வேண்டியிருக்கும். வாழ்வில் இப்படியும் ஒரு அனுபவம் சேர்வது நல்லதுதான். கடினமான சூழ்நிலையின் வாசனையைத் துல்லியமாகத் தெரிந்து வைத்துக்கொள்வதும் அவசியமே.

நீண்ட நேரம் யோசித்து ராஜினாமா கடிதத்தை எழுதினான். எழுதியதைத் திரும்பத் திரும்பப்

படித்து சரி பார்த்தான். மறுநாள் அலுவலகத்துக்குச் சென்றதும் எம்டியைப் பார்த்துக் கொடுத்துவிட வேண்டும் என்று முடிவு செய்துகொண்டு படுத்தான். கனவில் அவனுக்கு வேறொரு வேலை கிடைத்தது. புதிய சூழ்நிலை நன்றாகவே இருந்தது. எதிர்காலம் பற்றிய நம்பிக்கை அளிக்கும் விதமான அறிகுறிகள் தென்பட்டன. இப்படி முற்றிலும் நல்ல விதமான கனவு அதுவரை வந்ததில்லை. விழித்தபோது அதுவே பெரிய ஆறுதலாக இருந்தது.

அலுவலகத்துக்குக் கிளம்பிக்கொண்டிருந்தபோது ஊரில் இருந்து அப்பா போனில் அழைத்தார். அவனுக்குப் பெண் பார்த்திருப்பதாகச் சொன்னார். ஜாதகம் பொருந்தியிருப்பதாகவும் அவன் சம்மதித்தால், ஊரடங்குக் காலம் முடிவடைந்ததும் மேற்கொண்டு பேசலாம் என்றும் சொன்னார். பெண்ணின் புகைப்படத்தை வாட்சப்பில் அனுப்பியிருந்தார். அவனுக்கு அந்தப் பெண்ணைப் பிடித்திருந்தது. பார்க்க நன்றாக இருந்தாள். தனக்கு இன்னொரு வேலை கிடைக்கும்வரை அவள் வேறொருவனைப் பார்த்து சம்மதிக்காமல் இருந்தால் நல்லது என்று தோன்றியது. பிரச்னையை அப்பாவிடம் சொல்லவில்லை. கிருமியின் கோரத்தாண்டவம் நிகழ்ந்துகொண்டிருக்கும் காலத்தில் மகன் தனியாகச் சென்னையில் மாட்டிக்கொண்டிருப்பது குறித்து ஏற்கெனவே கவலையில் இருப்பவர்.

எல்லாம் சரியாகும். எல்லாவற்றுக்கும் சிறிது அவகாசம் தேவைப்படுகிறது.

அவன் அலுவலகத்தினுள் நுழையும்போதே எம்டி அழைப்பதாகத் தகவல் வந்தது. பாக்கெட்டில் வைத்திருந்த கடிதத்தை எடுத்துக் கையில் வைத்துக்கொண்டு அவரது அறைக்குள் நுழைந்தான். அவன் சொன்ன வணக்கத்துக்கு அவர் பதில் வணக்கம்கூடச் சொல்லவில்லை. 'ஆபீஸ் நிலவரம் உங்களுக்குத் தெரியும். இவ்ளோ ஸ்டாஃபோட இனி கம்பெனிய நடத்த முடியாது. நிறையப் பேரை வேலைய விட்டு எடுக்க வேண்டிய சூழ்நிலை. ஒரு டீம் லீடரா எனக்கு சொல்லாம இவங்கள எடுத்தது தப்புன்னு நாளைக்கு நீங்க வருத்தப்படக்கூடாது. லிஸ்ட ஒரு தடவை பாத்துடுங்க' என்று சொல்லி, பட்டியலை அவனிடம் நீட்டினார்.

அவன் ஒன்றும் சொல்லவில்லை. அதை வெறுமனே பார்த்துவிட்டுத் திருப்பிக் கொடுத்தான். தனது கடிதத்தை பாக்கெட்டில் வைத்துக்கொண்டு, 'உங்க முடிவு சரியாத்தான் சார் இருக்கும்' என்று சொல்லிவிட்டு வெளியே வந்தான்.

கேண்டீனில் ஒரு காப்பி வாங்கிக் குடித்துவிட்டுத் தன் இருக்கைக்கு வந்து அமர்ந்தான். வாட்சப்பில் அந்தப் பெண்ணின் புகைப்படத்தை மீண்டும் ஒருமுறை எடுத்துப் பார்த்தான். அவளை அவனுக்குப் பிடித்திருந்தது. பார்க்க நன்றாக இருந்தாள். ஆனால் தன்னைப்போல் ஒரு கேவலமான மனிதனை மணந்துகொண்டு அவள் ஏன் கஷ்டப்பட வேண்டும் என்று தோன்றியது. அவளைப் பிடிக்கவில்லை என்று ஒரு மெசேஜ் மட்டும் போட்டுவிட்டு வேலையில் ஆழ்ந்தான்.

வித்வான்

ஒரு ஊரில் ஒரு ஹரன் பிரசன்னா வசித்து வந்தார். ஒரு கிருமிக் காலத்தில் அவருக்கு இரண்டு மாதக் கட்டாய ஓய்வு தரப்பட்டு வீட்டில் இருக்க வேண்டி வரவே, சாப்பிட்டு சாப்பிட்டு மிகவும் குண்டாகிப் போனார். குண்டாகிப் போன ஹரன் பிரசன்னாவுக்கு இரண்டு பழக்கங்கள் இருந்தன. எப்போதும் அவர் பைக்கில் வெளியே போவார். மற்றும் பைக்கில் போகும்போது சினிமாப் பாடல்களையே சிந்தித்துக்கொண்டும் பாடிக்கொண்டும் போவார்.

அப்படி ஒருநாள் அவர் சினிமாப் பாடல்களைச் சிந்தித்தபடி பைக்கில் போய்க்கொண்டிருந்தபோது ஒரு கிழவியின்மீது பைக்கை மோதிவிட்டார். பைக் விழுந்தபோது அதனோடு சேர்ந்து தானும் விழுந்தார். வயதாகிவிட்டதால் கிழவியான கிழவி, அந்த பளுவைப் பொறுக்க மாட்டாமல் நசுங்கிவிட்டிருக்க, பதறிப் போன ஹரன்

பிரசன்னா, தன்னையும் தூக்கி, பிறகு அந்தக் கிழவியையும் தூக்கி நிறுத்தி சிறிது ஆசுவாசப்பட்டு, ஆசுவாசப்படுத்தினார்.

"மன்னிச்சிடு ஆயா. தெரியாம மோதிட்டேன்" என்று மனமுருகி வேண்டினார். அதற்கு அந்தக் கிழவி, "பரவால்ல தம்பி" என்று பெருந்தன்மையுடன் சொன்னார்.

"நான் வேணுன்னு இவ்ளோ குண்டாகல ஆயா. கம்மியாத்தான் சாப்பிடுறேன். சில நாள் டயட்லகூட இருக்கேன். ஆனாலும் இப்படி ஆயிடுது."

அதற்கு அந்தக் கிழவி, "பரவால்ல தம்பி. இனிமே பாடாத" என்று சொல்லிவிட்டுத் தன் வழியில் போனார்.

வேடிக்கை பார்த்தவர்கள்

சி ப்ளாக் நான்காவது தளத்தில் வசிக்கும் சொக்கநாத முதலியார் லிஃப்ட் ஏற வரும்போது குரங்குகளைப் பார்த்தார். ஒன்று மிகப் பெரிதாக, புஷ்டியாக இருந்தது. இன்னொன்று குட்டிக் குரங்கு. இரண்டும் லிஃப்ட் அருகே அமர்ந்திருந்தன. சொக்கநாத சிவாசாரியாரைப் பார்த்ததும் 'குர்ர்..' என்றது பெரியது. அவர் பயந்துவிட்டார். அலறிக்கொண்டு பின்னால் வந்து, 'யாராவது வாங்க. உடனே வாங்க' என்று சத்தம் போடவும் கதவு திறந்து வைத்திருந்த சிலர் மட்டும் வெளியே வந்தார்கள். 'ஏய் போ.. த.. சை.. க்ர்ர்.. பக்க்க்..' என்று ஒவ்வொருவரும் குரங்குக்குப் புரியும் என்று நினைத்த மொழியில் குரலெழுப்பினார்கள். நாயைக் கண்டதும் கல்லை எடுக்கும் பாவனை செய்வது போல ஒருவர் குரங்குக்குச் செய்து பார்த்தார். அது அசையவில்லை.

முன்னூறு குடும்பங்கள் வசிக்கும் குடியிருப்பில் எப்போதும் இல்லாத வழக்கமாக ஒரு குரங்கு

எப்படி வரும் என்று செகரட்டரி கேட்டார். செக்யூரிடிகள் என்ன செய்துகொண்டிருக்கிறார்கள் என்று சத்தம் போட்டார். உடனே செக்யூரிடிகள் ஓடி வந்து குரங்கை வேடிக்கை பார்த்தார்கள். செகரட்டரி மீண்டும் கடிந்துகொண்டதும் பிரம்பை எடுத்து வந்து 'போ, போ' என்று விரட்டினார்கள். இரண்டு குரங்குகளும் தாவிக் குதித்து பி பிளாக்குக்குப் போய்விட்டன.

உடனே அங்குள்ளவர்கள் அலறத் தொடங்கினார்கள். பி பிளாக்கில் சில வீரர்களும் இருந்ததால் அவர்கள் குரங்குகளைப் பிடிப்பது போல முன்னால் பாயவும் செய்தார்கள். ஆனால் அவை சிக்கவில்லை. 'கர்ர்..' என்று தாய்க்குரங்கு ஒரு முறை முறைத்துவிட்டு வேறிடத்துக்குக் குட்டியைக் கட்டிக்கொண்டு போய் அமர்ந்துகொண்டது. மயிலப்பன் என்னும் மின்சார வாரிய ஊழியர், ஒரு சிறு குழந்தையுடன் கொஞ்சி விளையாடும் பாவனையில் 'புடி.. புடி.. புடி.... புடி..' என்று பிடிக்கப் போவது போலக் கைகளை முன்னால் நீட்டிக்கொண்டு குட்டிக் குரங்கை நோக்கிப் போகவும், அதுவும் ஆசையுடன் அவர்மீது பாய்ந்துவிட்டது. 'ஐயோ' என்று அலறிக்கொண்டு மயிலப்பன் தடுமாறிக் கீழே விழுந்தார். பிறகு அவருக்கு முதலுதவி செய்து ஆசுவாசப்படுத்தினார்கள்.

சுமார் மூன்று மணி நேரம் நான்கைந்து பிளாக்குகளுக்கு இடம் மாறி மாறி இரண்டு குரங்குகளும் ஆட்டம் காட்டின. 'ப்ளூ க்ராஸுக்கு போன் பண்ணுங்க சார்' என்று யாரோ

சொன்னார்கள். போனை அவர்கள் எடுக்கவில்லை என்று வேறு யாரோ சொன்னார்கள். நகராட்சிக்குத் தகவல் தெரிவித்தபோது, 'விட்டுட்டு வேலைய பாருங்க. தானா போயிடும். இங்க குரங்கு பிடிக்கல்லாம் ஆள் இல்லை' என்று சொன்னார்கள்.

இதற்குள் குடியிருப்பு வளாகத்துக் குழந்தைகள் குரங்குகளின்மீது பந்து வீசி விளையாட ஆரம்பித்தார்கள். 'டேய் டேய்.. வேணாம்டா. கடிச்சி வெக்கப் போகுது' என்று அவரவர் பெற்றோர் அவர்களை இழுத்துக்கொண்டு போய்க் கதவை அடைத்தார்கள். செக்யூரிடிகள் அவர்களால் முடிந்த அளவு முயற்சி செய்து பார்த்தும் இரண்டு மூன்று மணி நேரத்துக்குக் குரங்குகளை ஒன்றும் செய்ய முடியவில்லை.

பிறகு அனைவருக்கும் கிருமி நினைவு வந்து, சமூக இடைவெளி கடைப்பிடிப்பதன் பொருட்டு அவரவர் வீட்டுக்குப் போய் கதவைச் சாத்திக்கொண்டு டிவி பார்க்கத் தொடங்கினார்கள்.

'போலாம்' என்றது குரங்கு.

'இன்னும் கொஞ்ச நேரம் இருக்கலாம்மா. ஜாலியா இருந்தது' என்றது குட்டி.

'அவ்ளதான். இன்னிக்கு ஜூ மூடிட்டாங்க. நாளைக்கு வரலாம்.'

ஸ்பேர் பார்ட்

வாழ்க்கை மிகவும் போரடித்தது. வித்தியாசமாக ஏதாவது செய்யலாம் என்று எண்ணி, தற்கொலை செய்துகொண்டான்.

உடலில் இருந்து கிளம்பிய கணத்தில் சிறிது வலித்தது. விடுபட்டவுடன் எல்லாம் சரியாகிவிட்டது. இப்போது அவனால் நடப்பதுடன்கூட மிதக்கவும் முடிந்தது. முகம், கை, கால் போன்ற உறுப்புகள் இல்லாமல், அவை இல்லாததைக் குறித்து எண்ணிப் பார்க்க மட்டும் முடிவது வினோதமாக இருந்தது.

முன்பெல்லாம் ஆறு மாதங்கள் புதரைப் போல முடி வளர்த்துக்கொண்டு சலூனுக்குப் போவான். ஒட்ட வெட்டிக்கொண்டு பைக்கில் ஏறிப் போகும்போது தலையே இல்லாதது போல இருக்கும். இப்போதும் அப்படித்தான் இருந்தது. உறுப்புகள்தாம் எவ்வளவு சுமை. ஆசை ஆசையாக அவன் மிதந்துகொண்டே இருந்தான்.

ஆனால் மெதுவாக மிதக்கத்தான் முடிந்ததே தவிர பறவைகளைப் போலப் பறக்க முடியவில்லை. உடலாக இருக்க உறுப்புகள் இல்லாமல் முடியாது. ஆனால் உயிரோடு இருக்க அப்படி ஒன்று அவசியமில்லை என்பது இப்போது புரிந்தது.

யோசித்தபடியே அவன் மிதந்துகொண்டிருந்தபோது ஒரு காகமும் சிறு வயதில் அவன் காதலித்த அற்புத மேரியும் ஒரே சமயத்தில் இறந்து போனதைக் கண்டான். பள்ளி நாளில் சொல்லாமல் விட்ட காதலை அவளிடம் இப்போது சொல்லிவிடலாம் என்று நினைத்து வேகமாக நெருங்க முயற்சி செய்தான். ஆனால் உறுப்புகள் இல்லாதபோது, ஒரு பஞ்சைப் போல மிதக்கத்தான் முடிந்ததே தவிர பறக்க முடியவில்லை.

இந்த வேகத்தில் தான் போய்ச் சேருவதற்குள் அவள் காணாமல் போய்விடுவாளோ என்று பயந்து அவசரமாக அந்தக் காகத்தின் உடலில் இருந்து சிறகை மட்டும் எடுத்துப் பொருத்திக்கொண்டு அற்புத மேரியை நோக்கிப் பறக்கப் பார்த்தான். இல்லாத உடலில் பொருந்தாத சிறகு அவனைக் கீழே தள்ளியது.

பார்த்துக்கொண்டிருந்த காகம் சொன்னது:

"அந்த ஸ்பேர் பார்ட் சரியில்லாமத்தான் நானே செத்தேன்."

நூறு சீன்

அரசாங்கம் அனுமதி கொடுத்துவிட்டது என்று செய்தித் தாளில் போட்டிருந்தார்கள். அவனுக்கு அது ஆறுதலாக இருந்தது. இனி சிறிது சிறிதாகப் பிரச்னைகளில் இருந்து மீண்டுவிடலாம் என்று தோன்றியது. ஒருவேளை பிரச்னைகளில் இருந்து மீளக் கால அவகாசம் தேவைப்படலாம். ஆனால் கவலைகளில் இருந்து விடுதலை கிடைத்துவிடும்.

இப்போதைக்கு வேலை இல்லை என்று தெரிந்ததும் முட்டி மோதிப் பேருந்தில் இடம் பிடித்து ஊருக்கு வந்து சேர்ந்திருந்தான். எல்லாம் முதலில் நன்றாகத்தான் இருந்தது. அவன் வந்ததில் வீடு மகிழ்ச்சி அடைந்தது. ஊர்க் கதைகள், கிருமிக் கதைகள், பேருந்தில் இடம் பிடித்த கதை, ஒரு தீவிரவாதியைப் போல துணியால் முகத்தைச் சுற்றி மூடிக்கொண்டு வந்து சேர்ந்த கதை வரை திரும்பத் திரும்ப, பார்ப்பவர்களிடம் எல்லாம் சொல்லவேண்டியிருந்தது. இரண்டு நாளில்

மேற்கொண்டு சொல்வதற்குக் கதையில்லாமல் போனது.

'ஏண்டா ஒன்ன வெச்சி யாரோ பிராஜக்டு ஆரம்பிக்கப் போறதா சொன்னியே. அது எப்ப?' என்று அம்மா கேட்டாள்.

'ஆமாம்மா. எல்லாம் பேசியாச்சு. சேனல்லகூட ஓகே சொல்லிட்டாங்க. லாக் டவுன் முடிஞ்சதும் ஆரம்பிச்சிடுவாங்க.'

'அண்ணே, சூட்டிங்க நம்ம ஊர்ல வைண்ணே. என் பிரெண்ட்ஸெல்லாம் பாத்தா சந்தோசப்படுவாங்க' என்று தங்கை சொன்னாள்.

எம்புள்ள சீரியல் எடுக்கப் போறான் என்று அப்பா அதற்குள் கிராமம் முழுவதும் தெரிவித்து இருந்தார். இரண்டு மாதங்கள் இப்படியேதான் கழிந்தன. வீட்டை விட்டு வெளியே போகாவிட்டாலும் வீடு தேடி வந்து விசாரித்துவிட்டுப் போனார்கள். 'அதா எல்லாம் தொறந்து விட்டுக்கிட்டிருக்காங்களே, சூட்டிங் ஆரம்பிச்சிருவல்ல?'

அவன் தயாரிப்பு நிறுவனத்துக்கு போன் செய்து பார்த்தான். யாரும் எடுக்கவில்லை. தயாரிப்பு நிர்வாகியின் செல்போன் எப்போதும் அணைத்து வைக்கப்பட்டிருந்தது. தயாரிப்பாளருக்கே நேரடியாக இரண்டு முறை முயற்சி செய்து பார்த்தான். போன் அடித்துக்கொண்டே இருந்ததே தவிர அவர் எடுக்கவில்லை. கொஞ்சம் கவலையாக இருந்தது.

திடீரென்று ஒருநாள் கம்பெனியில் இருந்து அதுவரை பேசியிராத யாரோ அழைத்தார்கள். 'எப்ப சார் வருவிங்க?' என்று கேட்டார்.

'சொல்லுங்கண்ணே. நீங்க சொன்னிங்கன்னா இப்பமே கௌம்பிருவேன்' என்று ஆர்வமுடன் அவன் பதில் சொன்னான்.

'ம்ம். சொல்லுறேன். ரெடியா இருங்க' என்று சொல்லி அவர் போனை வைத்துவிட்டார். சென்னைக்குப் போக என்ன வழி என்று அப்போது முதல் யோசிக்கத் தொடங்கினான். பேருந்துகள் இல்லை என்று தெரிந்தது. ரயிலுக்கு வாய்ப்பில்லை என்று சொன்னார்கள். தனியார் டாக்சிகள் எதுவும் இயங்கத் தொடங்கியிருக்கவில்லை. இது மிகவும் கவலை அளித்தது. தொழிலை ஆரம்பிக்க அனுமதி கொடுத்துவிட்டு பயணத்துக்கு வழி இல்லாமல் இருந்தால் என்ன செய்வது?

'அதெல்லாம் ஒண்ணும் பிரச்னை இல்லடா. என் பைக்க எடுத்துட்டுக்கிளம்பிடு. நைட்டு கௌம்பினா காலைல போய் சேந்துருவ. அவ்ளதான?' என்று உடன் படித்த நண்பன் சொன்னது சிறிது ஆறுதலாக இருந்தது. ஆனால் மாவட்ட எல்லைகளைக் கடக்க அனுமதி வேண்டியிருக்கும். பயணத்துக்கான அனுமதி பெறுவது விசா பெறுவது போலவே சிக்கல்களை உள்ளடக்கியதாக இருப்பதாக அனுபவப்பட்டவர்கள் சொன்னார்கள்.

'யாராவது செத்திருந்து, நீ ரத்த சொந்தமா இருந்தன்னா பர்மிசன் தருவாங்க. இல்லன்னா உனக்கு கல்யாணமா இருக்கணும். அதுவும்

இல்லன்னா எமர்ஜென்சி கேசா ஆஸ்பத்திரில அட்மிட் ஆகவேண்டியதிருக்கணும்.'

இதெல்லாமே பிரச்னைதான். ஆனால் எதுவுமே ஒரு வாய்ப்புக் கிடைப்பதைவிடப் பெரிய விஷயமல்ல. கிளம்பி உடனே வா என்று கம்பெனியில் சொல்லிவிட்டால் நடந்தேகூடத் தன்னால் சென்னைக்குப் போய்விட முடியும் என்று நினைத்தான். முன்பு அழைத்திருந்த அந்தப் புதிய நபருக்கு நான்கு நாள் இடைவெளியில் அவனே மீண்டும் அழைத்துப் பேசியபோது, 'சொல்லுங்க, யார் பேசுறிங்க?' என்று கேட்டார்.

'அண்ணே, சங்கர்ணே. நாலு நாள் முன்ன கூப்ட்டிருந்திங்களே.'

'என்ன விசயம் சொல்லுங்க.'

'இல்லண்ணே. நம்ம ப்ராஜக்டு எப்ப ஆரம்பிக்குதுன்னு..'

'தெரியலப்பா. சேனல்ல க்ளியர் பிக்சர் எதும் தரல. ரன்னிங் ப்ராஜக்டுங்கள திரும்ப எழுப்பி நிக்க வெக்கறதுல கவனமா இருக்காங்க. புதுசெல்லாம் எப்ப வரும்னு சொல்ல மாட்றாங்க.'

'என்னண்ணே இப்படி சொல்றிங்க?' என்று பரிதாபமாகக் கேட்டான். 'நீங்க அன்னிக்கு பேசினப்ப ரொம்ப நம்பிக்கையா இருந்திச்சிண்ணே.'

'நம்பர் இருக்கற எல்லா டெக்னீசியனுக்கும் போன போட்டு பேசுன்னு ப்ரொட்யூசர் சொல்லியிருந்தாரு. அதுசரி, நீ சென்னைக்கு வந்துட்டியா?'

'இல்லண்ணே. சொன்னிங்கன்னா இன்னிக்கே கெளம்பிடுவேன்.'

'சொல்றேன். கூப்புடுறேன்..' என்று சொல்லிவிட்டு கட் செய்தார். பிறகு கூப்பிடவில்லை. அவன் மீண்டும் தயாரிப்பாளருக்கு முயற்சி செய்தான். இப்போது போனை எடுத்துப் பேசியவர் அன்பாக அவனை நலம் விசாரித்தார். ஊரில் அவன் பத்திரமாக இருக்கிறானா, வீட்டில் எல்லாரும் நன்றாக இருக்கிறார்களா என்றெல்லாம் கேட்டது அவனுக்கு ஆறுதலாக இருந்தது.

'சார் நம்ம ஆபீசுலேருந்து ஒருத்தர் பேசினாரு சார். எப்ப வருவிங்கன்னு கேட்டாரு. நீங்க சொன்னிங்கன்னா இன்னிக்கே கிளம்பிடுவேன் சார்.'

'சொல்றேம்ப்பா.' என்றுதான் அவரும் சொன்னார். ஆனால் ஒன்றும் சொல்லவில்லை.

அதிகம் செலவு வைக்காத, எளிய குடும்பக் கதை ஒன்றை அவன் அந்தத் தயாரிப்பாளரிடம் சொல்லியிருந்தான். அந்த நிறுவனத்தின் முந்தைய சீரியலில் அவன் இரண்டாவது யூனிட் டைரக்டராகச் ஓரிரு மாதங்கள் பணியாற்றியிருந்ததால் அவனை அவருக்குத் தெரிந்திருந்தது. ஒரு கதை சொல்ல அனுமதி கேட்டபோது யோசிக்காமல் ஒப்புக்கொண்டு, கதை கேட்டார். பிடித்திருக்கிறது என்று சொல்லி, சேனலில் ஒரு முக்கியஸ்தரிடம் நேரம் வாங்கிக் கொடுத்து அவரேதான் அனுப்பி வைத்தார். சேனலுக்கும் கதை பிடித்திருந்தது.

'இப்ப போற ப்ராஜக்ட் டிஆர்பி பெரிசா இல்ல. இத பண்ணலாம். நான் பேசறேன் உங்க ப்ரொட்யூசர்கிட்ட' என்று அந்த அதிகாரி சொன்னது அவனுக்கு மகிழ்ச்சியளித்தது.

சொன்னபடி அவர் பேசவும் செய்தார். இதே போலத்தான். திடீரென்று ஒருநாள் கம்பெனியில் இருந்து யாரோ கூப்பிட்டு உடனே வரச் சொன்னார்கள். அவன் தயாரிப்பாளரைச் சென்று பார்த்தபோது, 'நூறு சீன் உடனடியா ரெடி பண்ணிடுங்க. அடுத்த மாசம் பூஜை போட்றலாம்' என்று சொன்னார். அவன் தனது நண்பரான திரைக்கதை ஆசிரியர் ஒருவரை அழைத்துச் சென்று அறிமுகப்படுத்தியபோது 'கதை கேட்டுட்டிங்களா?' என்று தயாரிப்பாளர் கேட்டார்.

'சங்கர் சொன்னான் சார். நல்ல கதை அது.'

'ஒரு பத்து நாள்ள நூறு சீன் ரெடி பண்ணிட்டிங்கன்னா நல்லாருக்கும்.'

'பண்ணிடலாம் சார்.'

'சீன் கைக்கு வந்தாத்தான் ஆர்ட்டிஸ்டு முடிவு பண்ண முடியும்.'

'ஆமா சார். பண்ணிடுறேன்.'

'ஹீரோயின் மட்டும் சேனல்ல யார் சொல்றாங்களோ அவங்கள போட்டுக்குவம். மத்தது பட்ஜெட்டுக்குள்ள பாத்துக்கலாம்' என்று சொல்லிவிட்டு உடனே தயாரிப்பு நிர்வாகியை அழைத்தார். 'சார்ட்ட பேசிடு தனபால். மெயின்

ஆர்ட்டிஸ்டு ஒரு எட்ட பேர் வராங்க. ரோலுக்கு நாலு சாய்ஸ் ரெடி பண்ணிக்க.'

'சரிங்க சார்.'

'சார் நீங்க அடுத்த வெள்ளிக்கிழமை நூறு சீன் கொண்டு வந்துட்டிங்கன்னா மண்டே நாம சேனலுக்குப் போயிடலாம். நான் இப்பமே பேசி அபாயின்மெண்ட் வாங்கி வெச்சிடுறேன்.'

எல்லாம் ஒரு மணி நேரத்துக்குள் நடந்தது. இதற்குள் அவன் புதிய சீரியலுக்கு ஒப்பந்தமாகப் போகிற விஷயம், ஏற்கெனவே போய்க்கொண்டிருந்த சீரியல் குழுவினருக்குப் போய்ச் சேர்ந்தது. அந்த இயக்குநர் போன் செய்து வாழ்த்து சொன்னார்.

'இல்லண்ணே. புதுசு எப்ப வரும்னு ஒண்ணும் தெரியல. சும்மா கதை கேட்டிருக்காரு.'

'உடனே வந்துரும் சங்கர். இது ரொம்ப நாளா ஓடிக்கிட்டிருக்கில்ல? ஆல்ரெடி எங்கள க்ளைமேக்ஸ் ரெடி பண்ண சொல்லிட்டாங்க.'

அதன்பின் திரைக்கதை ஆசிரியருடன் அமர்ந்து அவன் நூறு சீன்கள் தயார் செய்தான். பேசிப் பேசி, திருத்தம் செய்து, இறுதிப்படுத்தி டைப் செய்யக் கொடுத்தான். அது டைப் ஆனதும் ஸ்பைரல் பைண்ட் செய்து, புத்தகத்தை எடுத்துச் சென்று கம்பெனியிலும் கொடுத்தான்.

'சொன்ன மாதிரி வெள்ளிக்கிழமை நூறு சீனோட வந்துட்டிங்க. என் பங்குக்கு நானும் ஒரு நல்ல செய்தி சொல்லிடுறேன். அடுத்த புதன்கிழமை

பூஜை. நமக்கு எப்பவும் பொன்னியம்மன் கோயில்தான் ராசி. தெரியுமில்ல?'

'தெரியும் சார்.'

'டெக்னீசியன் லிஸ்ட் ரெடி பண்ணிடுங்க. கேமரா யாரு, டயலாக் யாரு. அவ்ளதான? நம்ம ஸ்டுடியோ இருக்குது. போஸ்ட் ப்ரொடக்சன் பிரச்னை இல்ல. அசிஸ்டெண்டு ரெண்டு பேருக்கு மேல வெச்சிக்காதிங்க. மார்னிங் ஸ்லாட்டு பாருங்க.'

'சரிங்க சார்.'

'பூஜை அன்னிக்கு அட்வான்ஸ் வாங்கிக்கிடுங்க' என்று தயாரிப்பாளர் சொன்னார். ஸ்கிரிப்ட் புத்தகத்தை அருகே இருந்த கணக்காளர் மேசையின்மீது வைத்துவிட்டு அவனுக்குக் கை கொடுத்தார். பிறகு தன் அறைக்குப் போய்விட்டார்.

அந்த பூஜை நடக்கவில்லை. எப்போது இருக்கும் என்று சரியாகத் தெரியவில்லை என்று கம்பெனியில் சொன்னார்கள். எப்போது இருந்தாலும் முதல் நாள் வந்துவிடலாம் என்று நினைத்துக்கொண்டு அவன் ஊருக்குக் கிளம்பினான்.

காலம் யாருக்கும் சாதகமாக இல்லை. வரும் நாள்கள் எப்படி இருக்கும் என்று ஊகிக்கவும் சிரமமாக இருந்தது. யாரையும் குறை சொல்வதற்கில்லை. இதைக் கடந்துதான் தீரவேண்டும் என்று நினைத்துக்கொண்டான். ஆனால் எப்படியாவது சென்னைக்குப் போய்விடுவது நல்லது என்று தோன்றியது. வீட்டில் சொல்லிக்கொண்டு

புறப்பட்டான். பொள்ளாச்சியில் இருந்து ஒரு நடிகர் படப்பிடிப்பு உறுதியாகி, சென்னைக்குக் கிளம்புகிறார் என்று கேள்விப்பட்டு அவரைத் தொடர்புகொண்டு பேசினான். கெஞ்சிக் கேட்டுக்கொண்டு அவரோடு காரில் செல்ல சம்மதம் வாங்கினான். பிழைத்துக்கிடந்து தனது பிராஜக்ட் ஆரம்பமானால் அவருக்கு ஒரு பாத்திரம் கொடுக்கலாம் என்று எண்ணிக்கொண்டான்.

பெரிய சிக்கல்கள் இல்லாமல் மறுநாள் காலை சென்னை வந்து சேர்ந்தான். கம்பெனிக்கு போன் செய்தபோது யாரோ எடுத்துப் பேசினார்கள். 'சார் எப்ப வருவாருன்னு தெரியல' என்று சொன்னார்கள். நேரில் போய்விடலாம் என்று முடிவு செய்து கிளம்பினான். போரூரில் அவனது அறையில் இருந்து கிளம்பி, மகாலிங்கபுரத்தில் உள்ள கம்பெனியை அடைவதற்கு இரண்டு மணி நேரம் ஆனது. வண்டி வசதிகள் இல்லாததால் நடந்தேதான் போகவேண்டியிருந்தது.

கம்பெனி அலுவலகத்தில் ஏழெட்டுப் பேர் இருந்தார்கள். ஆனால் அனைவரும் அக்கவுண்ட்ஸ் பிரிவு ஊழியர்களாக இருந்தார்கள். அவனுக்குத் தெரிந்தவர்கள் யாரும் இல்லை. அவன் விவரம் சொல்லி விசாரித்தபோது, 'ஒருவாரம் கழிச்சி வாங்க சார். இப்ப போயிட்டிருக்கற ப்ராஜக்ட கண்டின்யூ பண்ணத்தான் பேசிக்கிட்டிருக்காங்க' என்று சொன்னார்கள்.

என்ன செய்வது என்று புரியவில்லை. போய்க்கொண்டிருக்கும் சீரியலின் இயக்குநருக்கு போன்

செய்தான். அவர் ஊரில் இருப்பதாகவும் சென்னை வருவதற்கு வழி தேடிக்கொண்டிருப்பதாகவும் சொன்னார். 'உங்க ப்ராஜக்ட் பத்தி எதும் சொன்னாங்களா சார்?' என்று கேட்டார்.

'ஒண்ணும் தெரியல சார்.'

அவர், 'ஓ...' என்றார். சிறிது நிம்மதி ஆகியிருப்பார் என்று தோன்றியது. பிறகு, 'சென்னைக்கு போயிட்டிங்களா?' என்று கேட்டார்.

'கம்பெனிலதான் சார் இருக்கேன்.'

'அப்படியா? ஆபீஸ் தொறந்துட்டாங்களா? எல்லாரும் வந்திருக்காங்களா? தனபால் அண்ணன் இருக்காரா?'

'அக்கவுண்ட்ஸ்ல ஆள் இருக்காங்க சார். வேற யாரும் இல்ல.'

'பிப்ரவரி, மார்ச் சம்பளமே வரல சார் எனக்கு. ரெண்டு மாசமா செத்துகிட்டிருக்கேன். மூர்த்தி சார் இருக்காரா கேளுங்க. இருந்தா போன குடுங்க, நான் பேசுறேன். நான் பண்ணா எடுக்க மாட்டிங்கறாரு.'

அவன் மூர்த்தி சாரின் டேபிளைப் பார்த்தான். அவர் இல்லை. கடைசியாக அவனுக்குக் கை குலுக்குவதற்காகத் தயாரிப்பாளர் மேசை மீது வைத்த ஸ்பைரல் பைண்ட் புத்தகம் இருந்தது.

கண்ணி

சில விஷயங்களில் எளிதாக முடிவெடுக்க முடிவதில்லை. ஒரு பொறுப்பின் கண்ணிக்குள் சிக்கிக்கொள்ளும்போது இது இன்னும் சிரமமாகிறது. கட்டற்ற தனி மனித சுதந்தரம் என்பது எப்போதும் திருமணத்துக்குப் பிறகு திரும்பக் கிடைக்கப் போவதில்லை. செய்வதற்கு ஒன்றுமில்லை. இதையும் உள்ளடக்கியதாகவே வாழ்க்கை இருக்கிறது.

எதையும் தொடங்கும் முன்னால் அவனிடம் சொல்லிவிட வேண்டும் என்று முடிவு செய்திருந்தாள். முன்பேகூடச் சொல்லியிருக்க முடியும்தான். அறிவை விஞ்சிய தயக்கத்துக்குப் பணிய வேண்டியதாகிவிட்டது. தனக்கு ஒன்றுமில்லாததாகத் தோன்றும் பல விஷயங்கள் சமூகத்துக்குப் பெரும் பிரச்னையாக இருந்துவிடுகின்றன. எப்போதும் எல்லாவற்றிலும்

இப்படி ஆகிவிடுகிறது. திருமணம் வேண்டாம் என்று சொன்னதை அப்பாவும் அம்மாவும் எவ்வளவு கொடூரமாக எதிர்கொண்டார்கள் என்பது நினைவுக்கு வந்தது. அம்மாவுக்குக் கண்ணீர் ஆயுதம். அப்பாவுக்கு வெறுப்பில் நனைத்த பார்வை ஆயுதம். ஒரே பெண். உன்னைப் பெற்றதற்கு நாங்கள் பிள்ளை இல்லாமலேயே இருந்துவிட்டுப் போயிருக்கலாம் என்று முத்தாய்ப்பு வைத்துத்தான் திருமணம் பேசி முடித்தார்கள்.

இனி அதைக் குறித்து வருந்திப் பயனில்லை. அவனிடம் சொல்ல வேண்டும். மிச்சமிருப்பது அதுதான்.

முதலிரவு அறைக்குள் நுழைந்தவுடன் ஆரம்பித்தாள். 'உங்களிடம் ஒன்று சொல்ல வேண்டும்.'

'இரு. கல்லூரி நாள்களில் நான் ஒரு பெண்ணைக் காதலித்திருக்கிறேன். வீட்டுக்கு பயந்து அதைத் தொடரவில்லை. அதே போன்ற ஒன்றுதான் என்றால் எனக்கு அது பிரச்னை இல்லை.'

'இல்லை. இது வேறு.'

'அப்படியா?'

'ஆம். சில காலம் நான் ஒருத்தியுடன் உறவில் இருந்திருக்கிறேன்.'

என்ன என்று திரும்பக் கேட்டான். நெடுநேரம் யோசித்துவிட்டு, 'இதை நீ முன்பே சொல்லியிருக்கலாம்' என்று சொன்னான்.

'தவறுதான். என் பெற்றோருக்குத் தெரிந்தால் அவர்கள்தற்கொலைசெய்துகொண்டுவிடுவார்கள்.'

பிறகு ஒன்றும் பேசவில்லை. அவன் உறங்கி விட்டான். கண் விழித்தபோது சிரித்த முகத்துடன் காலை வணக்கம் சொன்னான். பிறகு, 'என்னிடம் சொன்னதை வேறு யாரிடமும் சொல்லாதே. என் அப்பாஅம்மாவாலும் தாங்க முடியாது' என்றான்.

மரண அறிவிப்பு

ஒரு பறவையின் மரணத்தை அவன் கண்டதில்லை. அநேகமாக யாருமே பார்த்திருக்க மாட்டார்கள். முதல் முறையாக அப்படி ஓர் அனுபவம் தனக்கு வாய்க்குமோ என்று நினைத்தான்.

வீட்டு வாசலில் அந்தக் காகம் அமர்ந்திருந்தது. நெருங்கி அருகே சென்றபோதும் அசையாமல் அப்படியே இருந்தது. இது சிறிது வியப்பாக இருந்தது. அதன் கண்களைச் சுற்றி சாம்பல் நிறத்தில் ஏதோ ஒட்டிக்கொண்டிருந்தாற்போல இருந்தது. காகத்தின் கழுத்துப் பகுதி இயல்பாகவே சாம்பல் நிறமாகத்தான் இருக்கும். ஆனால் கண்களைச் சுற்றிய சாம்பல் நிற வட்டத்தை அவன் அதற்குமுன் பார்த்ததில்லை. இன்னும் சிறிது நெருங்கிப் பார்க்கலாம் என்று ஓரடி எடுத்து வைத்தான். அது அசையவில்லை. மேலும் நெருங்கினான். இப்போது அது நகர்ந்து போகவோ, பறந்துவிடவோ விரும்பியதை உணர முடிந்தது. ஆனால் அதனால் அசையக்கூட முடியவில்லை. ஹ்ர்ர்க் என்றொரு

மெல்லிய ஒலி கேட்டது. காகத்தின் பெருமூச்சு அப்படித்தான் இருக்குமா என்று தெரியவில்லை. ஒரு மனிதன் இவ்வளவு நெருக்கத்தில் வந்தும் பறந்துவிடாத ஒரு காகத்தை அவன் அப்போதுதான் கண்டான். நெடுநேரம் உற்றுப் பார்த்துக்கொண்டே இருந்தான். அதற்கு உடல் நலமில்லை என்று தோன்றியது. ஆனால் தான் செய்யக்கூடியது ஒன்றுமில்லை, எடுத்து ஓரமாக விடுவதைத் தவிர.

அப்படிச் செய்யப் போனபோது அது மீண்டும் ஹ்ர்ர்க் என்று குரல் கொடுத்தது.

'அச்சப்படாதே. நான் உனக்கு உதவி செய்ய விரும்புகிறேன். ஏதாவது வண்டி வேகமாக வந்தால் நீ நசுங்கிவிடுவாய். அப்படி ஓரமாக எடுத்து வைக்கிறேன்' என்று சொல்லிவிட்டுத் தூக்கப் பார்த்தான். அது உடலைச் சிலிர்த்துக்கொண்டது. அவனுக்கும் கரங்கள் நடுங்கின. போட்டுவிடாமல் எப்படியோ எடுத்து ஓரமாக விட்டான். அப்போதும் அது பறக்க முயற்சி செய்யவில்லை. பார்க்கப் பரிதாபமாக இருந்தது. இறுதிக் கணங்கள் இப்படித்தான். ஒரு தாவலில் கடந்துவிட முடிந்தால் எவ்வளவோ நன்றாக இருக்கும்.

அன்று மாலை அலுவலகத்தில் இருந்து வீடு திரும்பும்போது மறக்காமல் பார்த்தான். இப்போதும் அந்தக் காகம் அவன் எடுத்து விட்ட ஓரத்திலேயேதான் நின்றிருந்தது. வேறு யாராவது அதைப் பார்த்திருப்பார்களா, அதன் உடல் நலமின்மை குறித்து சிந்தித்திருப்பார்களா என்று தெரியவில்லை. ப்ளூ க்ராஸுக்கு போன்

செய்யலாமா என்று நினைத்தான். உடனே, அடக்கம் செய்ய அவர்கள்தான் வரவேண்டும் என்பதில்லை என்றும் தோன்றியது. அருகே இருந்த பெட்டிக் கடைக்குச் சென்று இரண்டு பிஸ்கட்டுகளை வாங்கி வந்து நொறுக்கி அதன் அருகே போட்டான். சாப்பிடு என்று சொல்லிவிட்டு வீட்டுக்குப் போனான்.

மறுநாள் காலை நிகழ்ந்துவிட்டது. எல்லோரையும் விட அந்தக் காகம் உரத்தக் குரலில் கரைந்து கொண்டிருந்தது.

பிரியாணி

அதிகாலை மூன்றரை மணிக்குத் தொலைபேசியில் அழைத்து விவரம் சொன்னார்கள். உடனே கிளம்பி ஸ்டேஷனுக்கு வரவும். மதியம் ஒரு மணி வரை ஏர்போர்ட் ட்யூட்டி. பெரியசாமி கண் எரிச்சலுடன் குளித்து, யூனிஃபார்ம் அணிந்து புறப்படத் தயாரானபோது மணிமேகலை அவருக்குக் காப்பி கொடுத்தாள்.

'ஒரு மணிக்கு வீட்டுக்கு வந்திடுவிங்க இல்ல?'

'ஆமா.'

விடைபெற்று வெளியே வந்து அவர் சைக்கிளை எடுத்தபோது சொன்னாள். 'ரொம்ப நாளாச்சி. பிரியாணி வாங்கிட்டு வாங்களேன். பிள்ளைங்க ஆசையா சாப்டும்.'

'சரி. ஆனா வர லேட்டானா சிக்கல் ஆயிருமே?'

'அதெல்லாம் பரவாயில்லை' என்று சொன்னாள். 'ரொம்ப பசிக்குதுன்னிச்சிங்கன்னா நைட்டு

வெச்ச ரசமும் கொஞ்சம் சோறும் இருக்குது. சமாளிச்சிக்குவேன்.'

விடிவதற்குச் சற்று முன்னதாகப் பெரியசாமி ஏர்போர்ட் கார்கோ அருகே வந்து குழுவில் சேர்ந்துகொண்டார். ஐம்பதடிக்கு ஒருவர் வீதம் இடம் பிரித்து இன்ஸ்பெக்டர் கலையச் சொன்னதும் பெரியசாமி மீண்டும் சைக்கிளை எடுத்துக்கொண்டு கத்திப்பாரா மேம்பாலம் தொடங்கும் இடத்துக்கு வந்து சேர்ந்தார். தேர்தல் காலம். தினமும் தலைநகரில் இருந்து யாராவது வந்துகொண்டுதான் இருப்பார்கள். இங்கிருந்து யாராவது போய்க்கொண்டுதான் இருப்பார்கள்.

ஆனால் அன்றைக்கு அவருக்கு நேர்ந்த அனுபவம் வினோதமாக இருந்தது. யார் வருகிறார்கள் என்று இன்ஸ்பெக்டர் சொல்லவில்லை. மிக முக்கியமான பிரமுகர் ஒருவர் வந்து போகும் வரை டூட்டியில் இருந்தாக வேண்டும் என்று மட்டும்தான் சொன்னார். வருபவர் அரை நாளிலேயே திரும்பிச் செல்கிறார் என்றால் நிச்சயமாக அது அரசியல்வாதியாக இருக்க முடியாது என்று பெரியசாமி நினைத்தார். விவரங்கள் தானாக வந்தால்தான் உண்டு. இதையெல்லாம் கேட்க முடியாது.

கத்திப்பாரா மேம்பாலத்தின் மீது கிண்டிக்குச் செல்லும் திருப்பத்தின் தொடக்கத்தில் பெரியசாமி நின்றுகொண்டிருந்தார். பதினொரு மணிக்குப் பிறகு மெல்ல உலாவத் தொடங்கினார். நடுவே இரண்டு முறை மணிமேகலைக்கு போன் செய்து

பேசினார். மூத்தவன் நண்பர்களுடன் கிரிக்கெட் விளையாடப் போகிறேன் என்று சொன்னான். 'பாத்து பத்திரமா அடிகிடி பட்டுக்காம ஆடுப்பா' என்று சொல்லிவிட்டு, சின்னவள் பிறந்த நாள் வருகிறது; துணி எடுக்க வேண்டும் என்று மணிமேகலையிடம் நினைவுபடுத்தினார். பன்னிரண்டு மணி ஆனபோது அவருக்கு மிகவும் சோர்வாக இருந்தது. எடுத்து வந்திருந்த தண்ணீர் தீர்ந்துவிட்டிருந்தது. ஐம்பதடி தள்ளி நின்றிருந்த சக கான்ஸ்டபிளிடம் தண்ணீர் கேட்டுக் குடித்துவிட்டு மீண்டும் தன் இடத்துக்கு வந்து நின்றுகொண்டார்.

வருகிற பிரமுகர் எத்தனை மணிக்கு வருவார் என்று இன்ஸ்பெக்டர் சொல்லியிருக்கவில்லை. எனவே வந்தவர்இனி எப்போதுதிரும்புவார்என்றஎண்ணம் மட்டுமே அவருக்கு இருந்தது. இரண்டு மணி கடந்த பின்பும் தகவல் வரவில்லை. இரு புறமும் ஐம்பதடி தொலைவில் இருந்த கான்ஸ்டபிள்களுக்கும் அது தெரிந்திருக்கவில்லை. நின்றுகொண்டே இருந்தது சலிப்பாக இருந்தது. ஒவ்வொரு முறையும் இப்படி ஆகும்போதெல்லாம் வி.ஆர்.எஸ். கொடுத்துவிட்டு, வருகிற பணத்தில் ஒரு பெட்டிக்கடை வைக்கலாம் என்று நினைத்துக்கொள்வார். அதைக் குறித்து யோசிக்க அவருக்குப் பிடிக்கும்.

இரண்டே முக்காலுக்குக்கிளம்பலாம் என்றுதகவல் வந்தது. 'யாருய்யா வந்து போனாங்க? ஒண்ணுமே தெரியலியே?' என்று சக கான்ஸ்டபிளிடம் புலம்பியபடியே பெரியசாமி சைக்கிளை எடுத்தார்.

மணிமேகலை போன் செய்தாள். 'சாப்ட்டிங்களா எதாச்சும்?'

'இல்ல.'

'சரி வீட்டுக்கு வந்திடுங்க. பசங்களுக்காகக் கொஞ்சம் கொழம்பு வெச்சேன். நைட்டு வெச்ச ரசம் இருக்குது. நீங்க வர்றதுக்குள்ள ஒரு பொரியல் செஞ்சிடுறேன்' என்று சொன்னாள்.

'பொரியலெல்லாம் வேணா. ஊறுகா இருக்குதில்ல. அது போதும்.' என்று சொல்லிவிட்டு சைக்கிளை மிதிக்க ஆரம்பித்தார்.

குறுஞ்செய்தி

வேறெதுவும் இல்லை. வெறும் குட் மார்னிங். தினமும் வருகிறது இக்குறுஞ்செய்தி. ஒரு நாள் தவறாமல் பல மாதங்களாக வருகிறது. பதில் எதிர்பார்ப்பதில்லை. குட் மார்னிங் சொல்வது தவிர வேறெதுவும் பேசுவதில்லை. நீங்கள் யார், எதற்காக எனக்கு தினமும் குட் மார்னிங் அனுப்புகிறீர்கள் என்று கேட்டாலும் பதில் வருவதில்லை. அவனுக்கு சில சமயம் சலிப்பாக இருக்கும். சில சமயம் கோபம் வரும். குறிப்பிட்ட எண்ணை ட்ரூ காலரில் போட்டுப் பார்த்தும் பயனில்லை. *you know me* என்ற பெயரில்தான் அந்த எண் பதிவாகியிருந்தது. பல நூறு பேருக்கு தினமும் குட் மார்னிங் சொல்வதற்காகவே ஒருவர் ஓர் எண் வாங்கி வைத்திருப்பாரா? மாதம் குறைந்தது அதற்கு நூறு ரூபாயாவது கட்ட வேண்டியிருக்கும். செலவு செய்தாவது அடையாளம் மறைத்துக்கொண்டு குட் மார்னிங் சொல்ல வேண்டும் என்று எதனால் ஒருவருக்குத் தோன்றும்?

தனக்குத் தெரிந்தவர்களிடம் சொல்லிப் பார்த்தான். யாருக்கும் அதில் சுவாரசியம் இருக்கவில்லை. பிடிக்கவில்லை என்றால் ப்ளாக் செய்துவிடு என்று சொன்னார்கள். பிடிப்பதும் பிடிக்காமல் போவதும் பிரச்னை இல்லை. தனக்குக் காலை வணக்கம் சொல்வதை ஒரு கடமையாகச் செய்யும் மனநிலை கொண்டவர் யாராக இருக்கலாம் என்று அவன் அறிய விரும்பினான்.

அவனைப் பொறுத்தவரை அவன் எவ்வித முக்கியத்துவமும் இல்லாத நபர். உறவுகள் அற்றவன். நண்பர்களும் கிடையாது. ஒரு முழுமையான தனி மனிதனாக நெடுங்காலமாக வாழ்ந்துகொண்டிருந்தான். யாருமில்லாதது முதலில் சிறிது காலம் உறுத்தலாக இருந்தது. பிறகு பழகிவிட்டது. தனக்கென யாரையும் வைத்துக்கொள்ளாமல், தேவைப்படும்போது கிடைப்பவர்களிடம் பேசி, வேண்டியதைக் கேட்டுப் பெற்று வாழப் பழகியிருந்தான். பெரும்பாலும் தனித்தே இருந்ததால் அவன் வாழ்வில் உரையாடல் என்பதே அருகியிருந்தது. அவனுடன் வாட்சப்பில் பேசுவோர் யாருமில்லை. அவனே எதற்கு அந்தச் செயலியை வைத்திருக்கிறோம் என்று எண்ணத் தொடங்கியபோதுதான் அந்த குட் மார்னிங் குறுஞ்செய்தி வரத் தொடங்கியது. பிறகு ஒவ்வொரு நாளும் அந்தச் செய்தியைப் பார்ப்பதற்காக மட்டும் அந்தச் செயலியைப் பயன்படுத்த ஆரம்பித்தான். ஆர்வம் மிகும் போதெல்லாம் நீங்கள் யார் என்னும் வினாவை அனுப்புவான். ஆனால் பதில் வராது.

ஒருநாள் சும்மா இருந்தபோது தனக்கு அந்தக் குறிப்பிட்ட எண்ணில் இருந்து வந்த குட் மார்னிங் குறுஞ்செய்திகளை எண்ணினான். நாநூறுக்கும் மேற்பட்ட ஒரு வரிகள். அது ஒரு 'பல்க் மெசேஜா'க இருக்கும் என்று அவன் எண்ண விரும்பவில்லை. இந்த உலகத்தில் தன்னைப் பொருட்படுத்த யாரோ ஒரு முகமிலி இருக்கிறார் என்று நினைத்துக்கொள்ளவே விரும்பினான். எப்படியாவது அவரைத் தெரிந்துகொள்ள வேண்டும் என்று ஆசைப்பட்டான். அது ஒரு பெண்ணாக இருந்துவிடும் பட்சத்தில் அவன் ஆசீர்வதிக்கப்பட்டவன்தான். சந்தேகமில்லை.

அன்றிரவு குறிப்பிட்ட எண்ணுக்கு அவன் ஒரு குறுஞ்செய்தி அனுப்பினான். 'உங்கள் காலை வணக்கக் குறுஞ்செய்திகளை நாளை முதல் அனுப்பாதீர்கள். இன்றிரவு நான் தற்கொலை செய்துகொள்ளவிருக்கிறேன்.'

விடிந்ததும் அவசரமாக அலைபேசியை எடுத்துப் பார்த்தான். *Good morning & Bon Voyage* என்று இருந்தது.

வேறு வழியின்றித் தற்கொலை செய்து கொண்டான்.

ஒன்றுமில்லாமை

உறுத்தலை இன்னும் நீட்டித்துக்கொள்ள வேண்டாம் என்று நினைத்தான். எதையும் மாற்றாமல் மறைக்காமல் சொல்லிவிட முடிவு செய்து மனைவியை அழைத்தான்.

'உன்னிடம் ஒன்று சொல்ல வேண்டும். நீ ஒருவேளை அதிர்ச்சியடையலாம்.'

'என்ன?'

'இதற்காக நான் வருத்தப்படப் போவதில்லை. மன்னிப்பும் கேட்கமாட்டேன். ஆனாலும் உன் வருத்தத்தை நான் புரிந்துகொள்வேன்.'

'சரி, சொல்.'

'நான் மதம் மாறப் போகிறேன்.'

'என்ன?'

'ஆம். இது அவசரமாக எடுத்த முடிவல்ல. சில மாதங்களாக இதனைச் சிந்தித்துக் கொண்டிருக்கிறேன். நிறைய படிக்கிறேன்.'

'கவனித்தேன்.'

'எனக்கு ஏதோ ஒன்று குறைகிறது. இந்த மாற்றம் அதை நிவர்த்தி செய்யும். ஆனால் என் தனிப்பட்ட முடிவு உன்னை பாதிக்குமானால் நிச்சயமாக அது பற்றிய கவலை எனக்கு இருக்கும்.'

'எப்படி பாதிக்கும் என்று நினைக்கிறாய்?'

'தெரியவில்லை. வழிபாடு. பழக்க வழக்கங்கள். நடவடிக்கைகள்...'

'என் கணவனாகத் தொடர்வாய் அல்லவா?'

'ஆம்.'

'குடும்பம் நடத்த உன் பங்குத் தொகையைத் தந்துவிடுவாயல்லவா?'

'ஆம். அதெல்லாம் அப்படியேதான்.'

'என்னையும் மாறக் கட்டாயப்படுத்துவாயா?'

'இல்லை.'

சில வினாடிகள் யோசித்தாள். பிறகு நெருங்கி வந்து, 'நாம் குழந்தை பெற்றுக்கொள்ள இந்த வருடம் முடிவு செய்திருக்கிறோம். அதில் மாற்றம் இருக்காது அல்லவா?'

'இருக்காது.'

'குழந்தை பிறந்தால் பெயரிடும் வாய்ப்பு என்னுடையது என்று ஏற்கெனவே பேசியிருக்கிறோம். மாற மாட்டாய் அல்லவா?'

'இல்லை.'

'பள்ளியில் சேர்க்கும்போது உன் மத அடையாளத்தை அதற்குத் தருவாயா?'

'இல்லை.'

'ஆக நீ மட்டும் மாறிக்கொள்கிறாய்.'

'ஆம்.'

'நம் காதல் அப்படியேதான் இருக்கும்.'

'சந்தேகமில்லை.'

'சரி, ஒரு முத்தம் கொடு.'

நெருங்கி, அணைத்து முத்தமிட்டான். 'உனக்கு அதிர்ச்சியாக இல்லையா?' என்று கேட்டான்.

'இல்லை. நம் திருமணத்துக்குப் பிறகு நீ ஏழு கம்பெனிகளுக்கு வேலை மாறியிருக்கிறாய். அப்போதெல்லாமும் நான் அதிர்ச்சி அடையவில்லை' என்று சொன்னாள்.

எடிட்டர்

சில நாள்களாக அந்த எழுத்தாளருக்கு ஒரு சந்தேகம் இருந்தது. தனது கணிப்பொறியைத் தன்னைத் தவிரவும் வேறு யாரோ இயக்கிக் கொண்டிருக்கிறார்கள். அது ஒரு பேயாக இருக்கலாம். அல்லது எங்கிருந்தோ ரிமோட்டில் வேலை செய்யத் தெரிந்த ஒரு தொழில்நுட்ப வல்லுநர். ஆனால் அப்படி ரிமோட் ஆக்சஸ் எதையும் அவர் யாருக்கும் தந்திருக்கவில்லை ஆதலால் பேயாகத்தான் இருக்கும் என்று வலுவாக சந்தேகப்பட்டார்.

இரண்டு தினங்களுக்கு முன்னர் அவர் ஒரு கதை எழுத ஆரம்பித்தார். அதன் தொடக்கம் இவ்வாறு இருந்தது:

விவாகரத்து செய்துவிடலாம் என்று அவள் முடிவு செய்தாள். இனி அவனுடன் வாழ முடியாது என்று தோன்றிய நாள் முதல் நடந்த அனைத்தையும் வரிசைப்படுத்தி ஒரு தாளில் எழுதினாள். தன் முடிவு

சரிதான் என்று தோன்றியது. உடனே அவனுக்கு போன் செய்து, இன்று சீக்கிரம் வீட்டுக்கு வந்துவிடு; முக்கியமாக ஒரு விஷயம் பேச வேண்டும் என்று சொன்னாள்.

மேற்கண்ட முதல் பத்தியை எழுதிவிட்டு எழுத்தாளர் கணினியை மூடி வைத்துவிட்டு வேறு வேலை பார்க்கப் போனார். மறுநாள் அவர் திறந்தபோது அது கீழ்க்கண்டவாறு மாறியிருந்தது.

திருமணம் செய்துகொண்டுவிடலாம் என்று அவள் முடிவு செய்தாள். இனி தனியாக வாழ முடியாது என்று தோன்றிய நாள் முதல் நடந்த அனைத்தையும் வரிசைப்படுத்தி ஒரு தாளில் எழுதினாள். தன் முடிவு சரிதான் என்று தோன்றியது. உடனே உடன் வேலை பார்க்கும் நண்பனுக்கு போன் செய்து, நீ என்னைக் காதலிப்பது தெரியும்; உன் மனைவியை விவாகரத்து செய்துவிட்டு வா; நாம் உடனே திருமணம் செய்துகொண்டுவிடலாம் என்று சொன்னாள்.

எழுத்தாளர் பயந்துபோனார். எப்படி இது நடக்கிறது என்று அவருக்குப் புரியவில்லை. ஒரு சர்வீஸ் இஞ்சினியரை அழைத்துத் தனது கணினி சரியாகத்தான் இருக்கிறதா என்று பரிசோதிக்கச் சொன்னார். அவரும் சர்வீஸ் செய்து, ஆப்பரேடிங் சிஸ்டத்தை அப்கிரேடு செய்து, குப்பைகளை ஒழித்து, வேகத்தை அதிகப்படுத்திக் கொடுத்துவிட்டுச் சென்றார்.

மாறியிருந்த பத்தியை அழித்துவிட்டு எழுத்தாளர் மீண்டும் முதலில் எழுதியதைத் திரும்ப எழுதி

சேமித்தார். நாளை என்ன நடக்கிறது பார்க்கலாம் என்று அப்படியே விட்டுவிட்டு எழுந்து சென்றார்.

மறுநாள் அவர் கணினியைத் திறந்தபோதும் அவர் எழுதியது மாறி இருந்தது.

'விருப்பமற்ற வாழ்வை அனுபவித்து முடித்தவனால் இந்தக் கதையை எந்நாளும் முடிக்க முடியாது. வேறு வேலையைப் பார்.'

நாணயவியல்

சிக்னலில் நின்றுகொண்டிருந்தேன். எனக்குப் பத்தடி முன்னால் அந்தப் பெண் பிச்சை கேட்டுக்கொண்டிருந்தாள். அவளிடம் ஒரு குழந்தை இருந்தது. ஆணா பெண்ணா என்று தெரியவில்லை. தனது முந்தானைக்குள் அதனைச் சுருட்டி இடுப்பில் அமர வைத்திருந்தாள். நல்ல வெயில் வேளை. செருப்புக் கூட இல்லாமல் எப்படி அவளால் தார்ச் சாலையில் நடக்க முடிகிறது என்று நினைத்தேன். சட்டென்று பாக்கெட்டில் எவ்வளவு இருக்கிறது என்று பார்த்தேன்.

இரண்டு ரூபாய் நாணயம் ஒன்று இருந்தது. அதைத் தவிர ஒரு ஐம்பது ரூபாய் நோட்டு இருந்தது. அந்த நாணயத்தை எடுத்துக் கையில் வைத்துக்கொண்டேன். சிக்னல் மாறுவதற்குள் அவள் என் பக்கம் வந்தால் போட்டுவிடலாம்.

ஆனால் நெடுநேரமாக சிக்னல் மாறாமலேயே இருந்தது. யாரோ பிரமுகருக்காக நூற்றுக்

கணக்கானோர் காத்திருக்க வேண்டியதாகிறது. அவள் மேலும் சிறிது நகர்ந்து முன்பக்கம் போய்க்கொண்டிருந்தாள். ஒவ்வொரு காரின் கண்ணாடிக்கும் குனிந்து வணக்கம் சொல்லிப் பிச்சை கேட்டுக்கொண்டிருந்தாள். சிலர் காசு போட்டார்கள். பெரும்பாலானவர்கள் வேறு புறம் திரும்பிக்கொண்டதைக் கவனித்தேன். கையில் சில்லறையாகக் காசு இல்லாதபோது நானும் அப்படித்தான் செய்வேன். இப்போது இரண்டு ரூபாய் இருக்கிறது. ஆனால் அவள் என் பக்கம் வருவதாகத் தெரியவில்லை.

இரண்டு ரூபாயில் வாங்கக்கூடிய பொருள் என்று ஏதுமில்லை. இருபது பேர் இரண்டு ரூபாய் தந்தால் ஒருவேளை அவளுக்கு உணவுக்கு ஆகும். ஒவ்வொரு முறை பிச்சை இடும்போதும் அந்த நாணயம் ஒரு சிறு குற்ற உணர்வைத் தரும். ஏனோ பளிச்சென்று ஒரு பத்து ரூபாய்த் தாளை எடுத்துப் போடத் தோன்றியதே இல்லை. ஒன்றும் சொத்து அழிந்துவிடப் போவதில்லை என்றாலும் கை வருவதில்லை. இது ஒரு மனநிலை. கஞ்சத்தனம் இல்லை. பழக்கத்தில் வந்துவிட்ட குணம். பெட் ரோல் பங்க்குகளில் காற்றடிக்கும்போதும் இரண்டு ரூபாய் நாணயத்தைத் தான் தருவேன். முன்பெல்லாம் பதில் சொல்லாமல் வாங்கிக்கொள்ளும் பெட் ரோல் பங்க் ஊழியர்கள் இப்போது சிணுங்குகிறார்கள். 'அஞ்சு ரூபா குடுங்க சார்' என்று சிலர் கேட்கவும் செய்கிறார்கள். காற்று இலவசம் என்றுதான் போர்ட் வைத்திருப்பார்கள். ஆனால் சேவை செய்பவருக்கு எதையாவது செய்யத்தான் வேண்டியிருக்கிறது.

சட்டென்று தோன்றியது. அஞ்சு ரூபா குடுங்க சார் என்று அந்தப் பிச்சைக்காரி கேட்டால் என்ன செய்வேன்? அதை அநியாயம் என்று என்னால் நினைக்க முடியாது. ஆனாலும் ஒரு சிறு கோபம் வரலாம் என்று தோன்றியது. கோபப்பட்டுவிட்டு பிறகு அதை நினைத்து வருத்தப்படுவேன் என்றும் உடனே தோன்றியது.

அந்தப் பெண் இப்போது திரும்பி நான் இருக்கும் இடம் நோக்கி வந்துகொண்டிருந்தாள். இன்னும் மூன்று ஸ்கூட்டர்களைத் தாண்டினால் என் வண்டியை நெருங்கிவிடுவாள். நாணயத்தைக் கொடுத்துவிடலாம். ஆனால் அதற்குள் சிக்னல் விழுந்து, வண்டிகள் நகர ஆரம்பித்துவிட்டன. நெரிசலில் அவள் அடிபட்டுக்கொள்ளாமல் ஓரத்துக்குப் போய்ச் சேர வேண்டுமே என்று கவலையாக இருந்தது. ஆனால் வாகன ஓட்டத்தை சட்டை செய்யாமல் அவள் கடந்து போய்க்கொண்டிருந்தாள்.

அவளுக்கு உதவ நினைத்தும் முடியாதது பற்றிச் சிறிது வருத்தமாக இருந்தது. மறுநாள் அதே இடத்தில் அவளைப் பார்த்தால் ஐந்து ரூபாய் தர வேண்டும் என்று நினைத்துக்கொண்டேன்.

ஆனால் மறுநாளும் என்னிடம் அதே இரண்டு ரூபாய் நாணயம்தான் இருந்தது. ஐந்து ரூபாய் தர முடியாத குற்ற உணர்வில் வேறு புறம் பார்த்தபடி வண்டியை ஓட்டிச் சென்றேன்.

பேய்க் கதை

அந்த மரத்தில் நிச்சயமாகப் பேய் இருக்கிறது; தவறியும் கிட்டே போய்விடாதே என்று பாட்டி சொல்லியிருந்தாள். கிட்டே போனால் மட்டும் கடிக்குமா என்று கேட்டதற்கு, 'தின்றுவிடும்' என்று பதில் சொன்னாள். பாபுவுக்குச்சிறிது பயமாகத்தான் இருந்தது. ஆனால் ஒரு பேயைப் பார்த்துவிட வேண்டும் என்ற ஆவல் கட்டுக்கடங்காமல் இருந்தது.

பாட்டி கடைக்குக் கிளம்பிப் போன சமயம் அவன் தயங்கித் தயங்கி அந்தப் புளிய மரத்தை நெருங்கினான். கடவுளை வேண்டிக்கொண்டு, 'பேயே உன்னைப் பார்க்க வந்திருக்கிறேன். என்னைக் கடித்துச் சாப்பிடாமல் சும்மா வந்து முகம் காட்டிவிட்டுப் போ' என்று சொன்னான்.

நல்ல வெயில் நேரம். காற்றே இல்லை என்பதால் சுற்றுப்புறத்தில் இருந்த எந்த மரமும்

அசையவேயில்லை. திடீரென்று அந்தப் புளிய மரத்தின் கிளைகள் மட்டும் லேசாக அசைந்தாடத் தொடங்கின. பேய் வருகிறது என்று பாபு நினைத்தான். மீண்டும் கடவுளை நினைத்துக்கொண்டு, 'நான் எந்தத் தப்பும் செய்யவில்லை. பேயைப் பார்க்க மட்டுமே வந்தேன்' என்று சொன்னான். அசைந்த கிளைகள் சட்டென நின்றன. அச்சமூட்டக்கூடிய அமைதியை அவன் உணர்ந்தான். சொல்லி வைத்தாற் போல அந்தப் புளிய மரத்தைத் தவிர மற்ற அனைத்து மரங்களும் இப்போது அசையத் தொடங்கின. அவனுக்கு மிகவும் நடுக்கமாகிப் போனது. மூச்சைப் பிடித்துக்கொண்டு ஓடிவிடலாம் என்று முடிவு செய்து கிளம்பியபோது ஒரு குரல் கேட்டது.

'பயப்படாத கண்ணு. நான் சைவப் பேய். புளியம்பழம் மட்டும்தான் திம்பேன்.'

அழியாத சில

சிக்கல் எதுவுமின்றி வழக்கு நல்லபடியாக முடிந்தது. பரஸ்பரப் புரிதலின் பேரில் விவாகரத்து வழங்குவதாக நீதிபதி அறிவித்தார். ஒன்றரை வருடங்களுக்கு மேலாகப் பிரிந்தே இருந்ததால் இருவராலுமே பெரிதாக உணர்ச்சி வயப்பட முடியவில்லை. அதே சமயம் மகிழ்ச்சியோ நிம்மதியோ நிறைந்துவிட்டதாகவும் தோன்றவில்லை. அவன் மதியம் அலுவலகத்துக்குச் சென்று விடலாம் என்று நினைத்தான். அவள் தனது தோழியின் வீட்டுக்கு வருவதாகச் சொல்லியிருந்தாள்.

நீதி மன்றத்தில் இருந்து வெளியே வந்ததும் இருவரும் ஒருவரை ஒருவர் பார்த்துப் புன்னகை செய்துகொண்டார்கள். விடை பெறுகிறேன் என்று அவன் சொன்னான். குட் லக் என்று அவள் சொன்னாள். ஏதோ தோன்றி, 'ஒரு காப்பி சாப்பிட்டுவிட்டுப் போகலாமா?' என்று அவன் கேட்டான். அவள் ஒப்புக்கொண்டாள்.

இருவரும் ஒரு ஓட்டலுக்குச் சென்று எதிரெதிரே அமர்ந்து காப்பி குடித்தார்கள். 'நீ உனக்குப் பொருத்தமானவனாகப் பார்த்து இன்னொரு திருமணம் செய்துகொள்ள வேண்டும்' என்று அவன் சொன்னான். பதிலுக்கு, 'நீ என்ன செய்யப் போகிறாய்' என்று அவள் கேட்டாள்.

'இன்னொரு முறை விஷப் பரீட்சை செய்ய விருப்பமில்லை.'

பில்லுக்கு அவன் பணம் கொடுக்க முயன்றபோது தடுத்து, அவள்தான் கொடுத்தாள். கிளம்பும்போது அவனுக்குப் பிடித்த டெய்ரி மில்க் சாக்லேட் ஒன்றை வாங்கிக் கொடுத்து, கசப்பானவற்றை மறந்துவிடுவோம் என்று சொன்னாள். ஒரு சம்பிரதாயத்துக்காகவேனும் 'இனி நாம் நண்பர்களாக இருப்போம்' என்று சொல்வாளா என்று அவன் எதிர்பார்த்தான்.

அவள் தனது மொபைல் போனை எடுத்து 'ஐ'ம் டெலீடிங் யுவர் நம்பர்' என்று சொன்னபடி அவனது எண்ணை அவன் எதிரில் அழித்தாள். அவனும் அவளது எண்ணை அழித்தான். இருவரும் பிரிந்து போனார்கள்.

பிறகொரு சமயம் அழித்த எண்களைக் குறிப்பேட்டில் எழுதி வைத்தார்கள்.

பேசும் புறா

ஆம், நம்புங்கள். அந்தப் புறா பேசியது. இதை என் மனைவியிடம் சொன்னபோது பைத்தியம் என்று சொல்லிவிட்டுப் போனாள். குடியிருப்பு வளாகத்தில் உள்ள எனக்குத் தெரிந்த சிலரிடம் சொன்னபோது அவர்கள் எதுவும் சொல்லவில்லை. ஆனால் என் மனைவி சொன்னதைத்தான் அவர்கள் நினைத்திருப்பார்கள். நான் என்ன செய்ய. அது பேசியதை நான் கேட்டேன். பிரமையல்ல. கனவல்ல. அது நன்றாக, தெளிவான குரலில்தான் பேசியது.

ஒன்றைத் தெரிந்துகொள்ளுங்கள். மற்ற பறவைகளைப் போல அல்லாமல் புறாக்களை அவற்றின் கூட்டத்தினிடையே தனித்து இனம் காண முடியும். மனித முகங்களைப் போன்றதுதான் புறாக்களின் முகங்களும். ஒவ்வொன்றுக்கும் ஒவ்வொரு மாதிரி இருக்கும். யாரும் உற்றுக்

கவனிப்பதில்லை என்பதால் இது பொதுவில் தெரிய வரவில்லை. என்னால் நான் வசிக்கும் வளாகத்தில் உள்ள ஏழெட்டுப் புறாக்களைத் தனியே அடையாளம் காண முடியும். அவற்றில் எதுவும் வெள்ளைப் புறா அல்ல. சாம்பல் நிறப் புறாக்கள். கழுத்தில் மட்டும் கணக்கிட முடியாத வண்ணங்களைக் கலந்து செய்தாற்போல ஒரு தகதகப்பு. பிறகு அவற்றின் சிவந்த பாதங்கள். ஒவ்வொரு புறா நடந்து நான்கடி செல்வதைக் காணும்போதும் தரையில் சிவப்புத் தூள் உதிர்ந்திருக்கிறதா என்று பார்ப்பேன். புறாக்களின் பாதச் சிவப்பு எனக்கு நினைவின் மிக ஆழத்தில் எதையோ ஒன்றைக் கிளறிக்கொண்டே இருக்கும். ஆனால் இன்றுவரை அது பிடிபட்டதில்லை. அது உதிரத்தின் சிவப்பல்ல. வேறு ஒன்று. எனக்கு மிக நன்றாகத் தெரிந்தது. கண்ணை மூடினால் அந்த நிறம் வரும். ஆனால் கணப் பொழுதுதான். நான் நன்கறிந்த எதையோ நினைவூட்ட முயற்சி செய்துவிட்டு அந்நிறம் மறைந்துவிடும். நான் நன்கறிந்த அந்த ஏதோ ஒன்று மட்டும் இறுதி வரை அகப்படாது. நெடு நாள்களாக இது எனக்கு நடக்கிறது.

இருக்கட்டும். எனக்குப் பரிச்சயமாகிவிட்ட அந்தப் புறாக்களுக்குப் பெயர் வைக்கலாமா என்று முதலில் நினைத்தேன். பிறகு, உணவு வைத்தால் போதும் என்று தோன்றிவிட்டது. அன்று முதல் தினமும் நடைப் பயிற்சிக்குச் செல்லும்போது கையில் ஒரு பிடி அரிசி எடுத்துச் செல்வேன். வளாகத்தில் எங்கே அதைக் கொட்டி

வைத்தாலும் புறாக்கள் வந்து உண்ணும். அப்படி ஒரு புறா உண்டுகொண்டிருந்தபோது நின்று கவனித்துக்கொண்டிருந்தேன். அப்போதுதான் அது என்னிடம் பேசியது.

முதலில் அது அதிர்ச்சியாகவும் பிறகு வியப்பாகவும் இருந்தது. ஒரே ஒரு சொற்றொடர்தான். அதுவும் எனக்குப் புரிந்த மொழியில். என்னால் உணர முடிந்த குரலில். அந்தப் புறா என் தந்தையாகவோ அல்லது முன்னோர்களில் ஒருவராகவோ முற்பிறப்பில் இருந்திருக்கலாம் என்று நினைத்தேன். காகங்கள் முன்னோராகக் கருதப்படுமானால் புறாக்கள் ஏன் இருக்க முடியாது? எதையாவது முன்னறிவிப்பு செய்யவோ, வேறு எதையேனும் குறிப்பால் உணர்த்தவோ இயற்கை பறவைகளை அனுப்பிவைக்கும் என்று படித்திருக்கிறேன்.

இருப்பினும் அது பேசியதை இன்னொரு முறை உறுதி செய்துகொள்ளலாம் என்று தோன்றியது.

மறுநாள் அதே இடத்தில் ஒரு பிடி அரிசியைத் தூவிவிட்டுக் காத்திருந்தேன். ஏழெட்டுப் புறாக்கள் வந்து கொத்தித் தின்றுவிட்டுப் பறந்தன.

அந்தப் புறா கடைசியில் வந்தது. இரண்டு அரிசி மணிகளைத் தின்றுவிட்டு என்னைப் பார்த்து, 'நான் சொன்னது நடந்ததா இல்லையா? நேற்று முதல் நீ பைத்தியம் ஆகிவிட்டாய்' என்று சொல்லிவிட்டுப் போனது.

எடுத்ததும் வைத்ததும்

மண் சட்டியில் இருந்த நெருப்புத் துண்டுகளை எடுத்து அப்பாவின் நெஞ்சில் வைக்கச் சொன்னார்கள். மின்மயானமானாலும் சடங்குகளை விட்டுவிடுவதற்கில்லை. அவருக்கு அது சுடப் போவதில்லை என்று தெரியும். இருந்தாலும் கஷ்டமாக இருந்தது. வாழ்நாளில் எவ்வளவு முறை அவருக்கு அப்படிப்பட்ட சூட்டைத் தந்திருப்பேன் என்று எண்ணிப் பார்க்கத் தோன்றியது. இருக்கும். எப்படியும் ஏழெட்டு முறை. அப்பா கோபித்துக்கொண்டதில்லை. வருந்தியிருப்பார். ஆனால் காட்டிக்கொண்டதில்லை. அவரது ஒவ்வொரு நம்பிக்கையையும் ஒரு தீவிரத்துடன் பொய்ப்பித்துக்கொண்டு வரும் மகனாக அவருக்கு நான் மறைமுகமாக எதையாவது உணர்த்தியிருக்கலாம். ஏதோ ஒரு கட்டத்தில் நான் என்ன செய்தாலும் வெறுமனே புன்னகையுடன் தலையசைத்துவிட்டு நகர ஆரம்பித்துவிட்டார்.

கொள்ளி வைத்த வேளையில் அதுதான் நினைவுக்கு வந்தது. அழுதுவிடுவேன் என்று தோன்றியது.

ஆனால் எவ்வளவு அபத்தம்! நான் அழுதால் அது ஓர் அர்த்தமற்ற செயல்பாடு. வாழும்போது அவருக்கு நான் எதுவும் செய்ததில்லை. எதுவும் செய்யாதவனின் கண்ணீருக்குப் பொருள் இருக்க வாய்ப்பில்லை.

அழுதுவிடக் கூடாது என்று மீண்டும் மீண்டும் சொல்லிக்கொண்டு இடுக்கியால் ஒவ்வொரு கங்காக எடுத்து அவர் நெஞ்சில் வைத்தேன். சில நிமிடங்கள்தான். குகை போலிருக்கும் மின் கலத்துக்குள் அப்பாவைச் செலுத்திக் கதவை மூடி விடுவார்கள். பிறகு ஒரு சட்டியில் சாம்பலாகக் கொண்டு வந்து கொடுப்பார்கள். அதையும் கொண்டு கடலில் சேர்த்துவிட்டால் அனைத்தும் முடிந்தது.

'அப்படியா?' என்று அப்பா படுத்தபடியே கேட்பது போல இருந்தது. என் கையில் இருந்த அலுமினிய இடுக்கி நழுவிக் கீழே விழுந்தது. சட்டிக்குள் இருந்த கடைசிக் கங்கைக் கையை உள்ளே விட்டு எடுத்தேன். விர்ரென்று சுட்டது. விரல்கள் எரிந்தன. பொறுத்துக்கொண்டு அப்படியே உள்ளங்கைக்குத் தள்ளி ஒரு முறை அழுத்தி மூடிவிட்டுப் பிறகு திறந்து எடுத்து நடு நெஞ்சில் வைத்தேன். எது எதற்கோ சேர்த்து ஒரு தண்டனையைக் கொடுத்துக்கொண்டு விட்டதாக ஒரு அற்ப மகிழ்ச்சி.

பிறகு தோன்றியது. அதுவும்கூட அவர் விரும்பாத தாகத்தான் இருக்கும். ஒழியட்டும். ஏழெட்டுடன் இன்னொரு கொள்ளியாக இருந்துவிட்டுப் போகட்டும் என்று எண்ணிக்கொண்டேன்.

உண்ணி

எதிர்வீட்டு மாலதி ஒரு பூனை வளர்த்துக் கொண்டிருந்தாள். பூனைக்குட்டி என்றும் வளர்ந்த பூனை என்றும் சொல்ல முடியாத பருவத்துப் பூனை அது. கல்லூரிக்குச் செல்லும் நேரம் நீங்கலாக மாலதியைப் பெரும்பாலும் அந்தப் பூனையுடன் தான் பார்ப்பேன். வாசல் படியில் அமர்ந்து அதன் ரோமத்தைக் கோதிவிட்டுக்கொண்டோ, அதன் மூக்குடன் தன் மூக்கை உரசி விளையாடிக்கொண்டோ இருப்பாள்.

பூனையின் மேனி பார்க்க மட்டுமே பரிசுத்தம். எத்தனை கிருமிகள், உண்ணிகள் இருக்குமோ? ஐயோ, இந்தப் பெண் ஏன் இப்படி ஈஷுகிறாள்; உடம்புக்கு ஏதாவது வந்து தொலைக்கப் போகிறதே என்று எனக்குத்தான் எப்போதும் பதறும்.

எதிர்வீடு தான் என்றாலும் எங்காவது பார்த்தால் அடையாளம் கண்டு அரைப் புன்னகை செய்யுமளவு மட்டுமே எங்களுக்குள் நெருக்கம் என்பதால்

கொஞ்சம் தயங்கினேன். போயும் போயும் முதல் சம்பாஷணையைப் பூனை உண்ணியிலிருந்தா தொடங்குவது?

ஒரு நாள் நட்ட நடு ராத்திரி ஒன்றுக்குப் போக எழுந்திருக்க வேண்டியதானது. உறக்கம் கலைந்ததால் சிறிது நேரம் மாடிக்குச் சென்று சும்மா நின்றுகொண்டிருந்தேன்.

தற்செயலாக எதிர்வீட்டு மொட்டைமாடியைப் பார்த்தால், அங்கே மாலதி இருந்தாள். எப்போதும் போல் அப்போதும் அவள் மடியில் அந்தப் பூனை. என் யூகம் சரியானால், அவள் அதனுடன் பேசிக்கொண்டிருந்தாள்.

மிகத் தீவிரமாக.

என் வியப்பு அதுவல்ல; பூனையும் தன் மொழியில் கிசுகிசுப்பாக பதில் சொல்லிக்கொண்டிருந்தது தான்.

இது என் பிரமை, அல்லது தூக்கக் கலக்கத்தின் காரணமாயிருக்கும் என்று நினைத்தேன். ஒரு வேளை அவள் சித்தம் பிறழ்ந்தவளாக இருப்பாளோ? ஐயோ பாவம் வயசுப் பெண். நாளைக்கே கல்யாணமாகிக் கணவன் என்றொருவன் வந்தால், இதைக்கண்டு என்ன சொல்வான்? ஜீவ காருண்யம் உத்தமமானது தான். ஆனால் இது வேறு விதமாகவல்லவா இருக்கிறது?

அவள் தன் பூனைக்கு சாம்பார் சாதமும் தக்காளி ஜூஸும் பாப்கார்னும் (ரகசியமாக) பான்பராகும்

தருவதை நான் பலமுறை பார்த்திருக்கிறேன். அப்போதே அவளிடம் இல்லாவிட்டாலும் அவளது பெற்றோரிடம் சொல்லலாம் என்று நினைத்திருக்கிறேன். எதுவோ என்னை அப்போதெல்லாம் தடுத்தது.

ஆனால் இந்த அர்த்தராத்திரி கூத்தைப் பார்த்தபின் என்னால் என்னைக் கட்டுப்படுத்த முடியவில்லை.

விடியட்டும் என்று காத்திருந்தேன். பல் கூடத் துலக்காமல் நேரே அவள் வீட்டுப் படியேறி, கதவைத் தட்டிவிட்டு நின்றேன்.

சில விநாடிகளில் கதவு திறந்தது. மாலதியின் அப்பாதான். சொல்ல நினைத்ததைச் சுருக்கமாகச் சொல்லிவிட்டு, பதிலுக்குக் காத்திராமல் வீட்டுக்கு வந்து கதவைச் சாத்திக்கொண்டேன்.

அடுத்த சில நாட்களில் அவள் மீண்டும் என் பார்வையில் தென்பட்டபோதெல்லாம் பூனை இல்லாமல் தான் இருந்தாள். ஆனால் முகம் மட்டும் வாடியிருந்தது. நான் ஏதும் செய்வதற்கில்லை என்று நினைத்துக்கொண்டேன்.

விரைவில் அவள் சகஜ நிலைமைக்குத் திரும்பியதையும் கவனித்தேன். பூனையை மறந்திருக்கலாம்.

எனக்கு அரிக்க ஆரம்பித்தது.

கால வழு

படுத்து ஒரு ஜாமம் கழிந்தும் வியாசருக்கு உறக்கம் வரவில்லை. புரண்டு பார்த்தார். மேல் துண்டை இழுத்து முகத்தைச் சுற்றி மூடிக்கொண்டு தூங்கப் பார்த்தார். பத்து நிமிடம் தியானம் செய்தால் ஒருவேளை தூக்கம் வருமோ என்று அதையும் முயற்சி செய்தார். மிகவும் புத்துணர்ச்சியாகிவிட்டாற்போலத் தோன்றியது.

அவருக்கு பயமாக இருந்தது. இப்படியே இருப்பது தொடர்ந்தால் வாழ்நாளில் உறக்கம் என்பதே இல்லாமல் போய்விடக் கூடும். எதையாவது செய்ய முடிந்தால் நல்லது. சற்று வலுவாக. ஆனால் எப்போதும் இப்படி சிந்திக்க முடியாத அளவுக்குப் பதற்றம் ஏற்பட்டதில்லை. சரியாகச் சிந்திக்க முடியாதபோது எதையும் சரியாகச் செய்ய முடிவதில்லை. சரியாகச் செய்யாத எதுவும் சரித்திரமாவதில்லை.

உறக்கம் முற்றிலுமாக நீங்கிவிட்டதால், எழுந்து நதி தீரத்தை நோக்கி மெல்ல நடக்க ஆரம்பித்தார்.

ஒரு மரணத்தைப் போல பூதாகாரமாகக் கவிந்திருந்தது இருள். ஆனாலும் பழகிய பாதையில் இருளும் ஒளியும் ஒன்றுதான். அது தவறு செய்வதில்லை. மனம்தான் சிக்கலாகிவிடுகிறது.

'வியாசா, உன் பெயர் நாளை இல்லாமல் போகலாம். உன் தரிசனம், கற்பனை, கவித்துவம் அனைத்தும் காலாவதி ஆகிவிட்டதாக அறிவிக்கப்படலாம். விழித்துக்கொள்' என்று அவரது நண்பர்கள் சொல்லியிருந்தார்கள். ஆனால் என்ன செய்வது?

வழக்குத் தொடர்ந்து பார்க்கலாமா என்று யோசித்தார். அதிலும் ஒரு சிக்கல் இருக்கிறது. காலம் கடந்த பிரதிகளுக்கான காப்பிரைட் சட்டங்கள் தெளிவாக இருக்கின்றன. தவிரவும் தமிழ்நாட்டில் எந்தக் கதாசிரியனும் வழக்குப் போட்டு வெல்ல முடியாது. நான்கு நாள்களுக்கு ஃபேஸ்புக்கில் வேண்டுமானால் பிரபலமாக இருக்கலாம். இத்தனை யுகங்களுக்குப் பிறகு இப்படியொரு சங்கடம் நேருமென்று அவர் நினைத்துப் பார்க்கவில்லை.

இந்தப் புகழும் பிரபலமும் தான் எழுதிய காலத்தில் தனக்கு வந்திருக்க வேண்டியது. எல்லாவற்றையும் சேர்த்து வைத்து யாருக்கோ எழுதிக் கொடுத்துவிட்டாற்போல ஆகிவிட்டது. இதை அனுமதிக்க முடியாது. போகிற போக்கில் ஒரு வணக்கம் போட்டுவிட்டு அனைத்தையும்

எடுத்துக்கொண்டுவிட்டான். ஏதாவது செய்துதான் தீரவேண்டும்.

உறுதி கொண்ட பிறகு அவருக்கு இருப்புக் கொள்ளவில்லை. மறுநாளே ரயிலேறிவிட்டார்.

பயணத்தின்போதுதான் என்ன செய்யலாம் என்று தெளிவான ஒரு முடிவுக்கு அவரால் வர முடிந்தது. சிறிது குரூரம்தான். ஆனால் வேறு வழியில்லை. விஷத்தை விழுங்கிச் செரிக்கவோ, கண்டத்தில் தேக்கி வைக்கவோ கலைஞனால் முடியாது. அது நினைவில் ஏறிவிட்டால் எல்லாம் முடிந்தது. ஊர் என்ன சொன்னால் என்ன, யார் என்ன சொன்னால் என்ன. எழுத்தாளனுக்கு அவன் முக்கியமல்ல. அவனது படைப்புதான் முக்கியம்.

சென்னை செண்ட்ரல் ரயில் நிலையத்தில் வண்டி பெரும் சத்தமுடன் நுழைந்தது. வியாசர் தனது தர்ப்பைப் புல்லால் நெய்த கைப்பையை இறுக்கிப் பிடித்துக்கொண்டு இறங்கினார். எந்தப் பக்கம் போவது என்று புரியவில்லை. ரயில்வே ஸ்டேஷனே ஒரு ஊர் மாதிரி இருந்தது. சிறிது நேரம் திகைத்து நின்றிருந்தார். பிறகு எல்லோரும் செல்லும் வழியிலேயே சென்று பார்க்கலாம் என்று முடிவு செய்து நடக்கத் தொடங்கினார்.

சிறிது தூரம் நடப்பதற்குள் யாரோ தடதடவென்று அவரை நோக்கி ஓடி வருவது போலத் தோன்ற, திரும்பிப் பார்த்தார். நாலைந்து பேர் சீறிப் பாய்ந்து வந்து அவரை வளைத்து நின்றுகொண்டார்கள். 'நீங்கள்தானே வியாசர்?'

வியாசர் திகைத்துப் போனார். தேகம் சிலிர்த்துக் குளிர்ந்தது. அது படைப்பாளிக்கே உரிய எளிய உணர்ச்சி வசப்படல். கண்களில் கனிவும் பேரன்பும் பெருக ஆமென்று மெல்லத் தலையசைத்தார்.

'உங்களத்தான் சார் தேடிட்டிருந்தோம்.'

'நீங்கள் யார்?'

'நாங்க விஷ்ணுபுரத்துலேருந்து வரோம் சார். இந்த வருஷ விருது உங்களுக்குத்தான்!' என்றபடி கையைப் பிடித்துக் குலுக்கினார் நாலைந்தில் ஒருவர்.

வியாசருக்கு மூச்சடைத்தது. நிதானத்துக்கு வர மிகவும் சிரமப்பட்டார். கண் கலங்கிவிடக் கூடாது என்றுதான் நினைத்தார். முடியாமல் கதறி அழத் தொடங்கினார்.

தனிமையில் நூற்றைம்பது ஆண்டுகள்

இளம் வயதில் அவள் ஒருவனைக் காதலித்தாள். அவன் வேறொருத்தியைத் திருமணம் செய்துகொண்டு போனான். பிறகு அவளுக்கு வீட்டார் வரன் பார்த்துத் திருமணம் செய்து வைத்தார்கள். ஓராண்டில் அவன் விபத்தில் காலமானான். அதன் பிறகு அவள் வேலை தேடிக்கொண்டு வெளியூருக்குச் சென்றாள். என்ன ஆனாலும் இனி சொந்த ஊருக்கு வரக்கூடாது என்று நினைத்தாள். வைராக்கியமாக அப்படியே இருந்துவிட்டு, பெற்றோர் இறந்த போது மட்டும் வந்துவிட்டுச் சென்றாள். இனி தன்னை நினைவுகூர யாருமில்லை என்பது அப்போது சிறிது ஆறுதலாக இருப்பது போலத் தோன்றியது.

ஆனால் விரைவில் அது சலிப்பூட்ட ஆரம்பித்தது. ஒவ்வொரு வருடமும் பிறந்த நாளின் போதும் யாராவது அழைத்து வாழ்த்துவார்கள் என்று நினைப்பாள். ஆனால் அப்படி ஒரு அழைப்பு வராது. புதிதாக அறிமுகமான மனிதர்களிடம் பேச்சு வாக்கில் தன் பிறந்த தேதியைச் சொல்லி வைத்தாள். யாருக்கும் அது நினைவில்லாமல்

போனது. மற்ற நாள்களைக் கடப்பதுகூடப் பிரச்னை இல்லை. பிறந்த நாள் வரும்போது பெரும் மன உளைச்சலாகிவிடுகிறது. ஏன் பிறந்தோம் என்று எண்ண ஒன்றுமில்லைதான். துயரங்கள் அனைவருக்கும் பொதுவானவை. ஆனாலும் இருப்பது பாரமாகத் தோன்ற ஆரம்பித்தது. ஒரு குழந்தையாவது பிறந்திருக்கலாம் என்று எப்போதாவது அவளுக்குத் தோன்றும். பிறக்காதிருந்ததே நல்லது என்றும் உடனே தோன்றும். நீண்ட நாள் நோக்கில் தனி நபர் வாழ்க்கை அவ்வளவு வண்ணமயமானதல்ல என்ற முடிவுக்கு வந்தாள்.

அவளுக்கு ஐம்பதாவது பிறந்த தினம் வந்தது. தனக்கென யாருமில்லாமல் இருபத்தைந்து வருடங்களைக் கழித்துவிட்டதை எண்ணிப் பார்த்தாள். யாருக்காகவேனும் தான் இருந்திருக்கலாம் என்றும் தோன்றியது. இனி அந்த எண்ணங்களால் பயனில்லை. விரக்தியால் வடிவமைக்கப்பட்ட வாழ்க்கை அப்படித்தான் இருக்கும். நீண்டதொரு கடிதத்தை எழுதினாள். அதில், என் உடலைக் கண்டெடுப்பவர்கள் மருத்துவக் கல்லூரிக்கு அளித்துவிடவும் என்று குறிப்பிட்டாள். பிறகு அதை பத்திரமாகத் தனது தலையணையின் அடியில் வைத்தாள்.

நீண்ட நாள்களாக டீ ஆக்டிவேட் செய்து வைத்திருந்த ஃபேஸ்புக் கணக்கை மீண்டும் திறந்தாள். என் பிறந்த நாளுக்கு வாழ்த்துத் தெரிவித்த அனைவருக்கும் நன்றி என்று ஒரு போஸ்ட்போட்டுவிட்டுஉறங்கத்தொடங்கினாள்.

உருகாத வெண்ணெய்

பன்னிரண்டு வயதில் விசாலாட்சி மாமி எனக்கு அறிமுகமானபோது அவளுக்கு முப்பது வயதுதான். அக்கா என்று சொல்லியிருக்கலாம். ஆனால் சொன்னதில்லை. மாமி, தனது ஐம்பது வயதுக் கணவரின் இரண்டாம் தாரமாக நாங்கள் குடியிருந்த வீட்டுக்குப் பக்கத்து வீட்டுக்கு வந்து சேர்ந்தாள். என் அம்மாவிடம் தன்னை அறிமுகம் செய்துகொள்ளும்போதே தான் இரண்டாம் தாரமாக மணமுடித்து வந்தவள் என்பதை வெளிப்படையாகச் சொன்னாள்.

மாமியின் கணவர் மின்சார வாரியத்தில் வேலை பார்த்துக்கொண்டிருந்தார். அந்தக் காலத்தில் அவரது நடை உடையைப் பார்த்தால் பெரிய அதிகாரி என்று தோன்றும். முதல் குடும்பம் என்ற ஒன்று உடுமலைப்பேட்டையில் இருக்கும்போதே சைதாப்பேட்டை காரணீசுவரர்

தெருவில் இரண்டாவது குடும்பமாக ஒன்றை நிறுவிக்கொண்டு வாழ வந்தவர் வேறெப்படி இருக்க முடியும்?

'எப்படி நீ இதுக்கு சம்மதிச்சே?' என்று என் அம்மா விசாலாட்சி மாமியைக் கேட்டபோது, 'மறுக்கத் தோணலை மாமி. சின்ன வயசுலேருந்து நிறையக் கஷ்டம் பாத்துட்டேன். பெத்தவா இல்லே. ஆதரிக்க யாருமில்லே. காசு மேல அப்டி ஒரு வெறி. ரெண்டாந்தாரமானா என்ன? வசதியா இருக்கலாம்னு தோணித்து. அதான்' என்று பதில் சொன்னாள்.

என் வீட்டில் பல நாள் இதைக் குறித்து அம்மாவும் அப்பாவும் வாய் ஓயாமல் பேசிப் பேசி மாய்ந்தார்கள்.

விசாலாட்சி மாமி விரதங்கள், நோன்பு என்று வந்தால் எங்கள் வீட்டுக்கு வந்துவிடுவாள். என் அம்மாவுடன் உட்கார்ந்து அனைத்தையும் சிரத்தையாகச் செய்வாள். இறுதியில் அம்மாவின் காலில் விழுந்து ஆசீர்வாதம் வாங்கிக்கொண்டு செல்வாள். 'பாவம், அவளுக்குன்னு யார் இருக்கா? நல்ல பொண்ணு' என்று அம்மா சொல்லத் தொடங்கினாள்.

ஒரு காரடையான் நோன்பு தினத்தில் 'ஒரு நாளும் என் கணவன் பிரியாத வரம் வேண்டும்' என்று நெக்குருக வேண்டிக்கொண்டிருந்த தருணத்தில் அவள் கண்ணில் இருந்து கரகரவென நீர் வழிந்தது என்று அம்மா சொன்னது நினைவிருக்கிறது. அன்று

அம்மா, விசாலாட்சி மாமியிடம் அவள் புருஷனின் மூத்த தாரம், அவளுக்குப் பிறந்த பிள்ளை குறித்தெல்லாம் நிறைய விசாரித்தாள். தனது திருமண விவரம் அறிந்தபோது அந்தப் பெண்மணி துடைப்பக்கட்டையால் அடி அடி என்று அடித்து, திட்டித் தீர்த்ததை அவள் அழாமல் சொன்னாள்.

'கடவுளுக்கு ஓர வஞ்சனை. சில பேருக்குப் பணத்தைக் குடுத்துடறார். சிலபேருக்கு அதைக் கண்ணுலயே காட்டமாட்டேங்கறார். நான் என்ன செய்ய மாமி? இவர் என்னைப் பிடிச்சிருக்குன்னார். கவர்மெண்ட் உத்தியோகம். நல்ல சம்பளம். பென்ஷன் வேற வரும். சரி போ, அவா துடைப்பக்கட்டையால ஆசீர்வாதம் பண்ணான்னு நினைச்சிண்டேன். ஆனா என்ன இருந்து என்ன. அவருக்கு அடுக்கி வெச்சி அழகு பாக்கத்தான் பிடிச்சிருக்கே தவிர செலவு பண்ண மனசே வர்றதில்லே' என்று விசாலாட்சி மாமி சொன்னாள்.

ஏழெட்டு மாதங்களில் அவள் எங்கள் குடும்பத்துக்கு மிகவும் நெருக்கமானவளாகிப் போனாள். ஆனால் திடீரென்று அவள் வந்து போவது படிப்படியாகக் குறைந்தது. 'என்னமோ தெரியல. உம்முன்னே இருக்கா' என்று என் அம்மா சொன்னாள். புருஷன் பெண்டாட்டி சண்டையாக இருக்கலாம் என்று அப்பா முடிவுக்கு வந்தார். மாதத்தில் நாலைந்து நாள் அவளது கணவர் உடுமலைப்பேட்டைக்குப் போய் வந்துகொண்டிருந்தாலும் இங்கே இவளிடம் எல்லாம் சரியாக இருப்பது போலத்தான் தோன்றியது.

ஆனால் அது அப்படி இல்லை. ஒருநாள் விசாலாட்சி மாமி இல்லாமல் போனாள். அவளது வீட்டுக்காரர் எங்கள் வீட்டுக்கு வந்து திரும்பத் திரும்ப விசாரித்துக்கொண்டிருந்தார். என்ன ஆனாள், எங்கே போனாள் என்றே தெரியவில்லை என்று கண்ணில் நீரோடு சொன்னார். போனவள் ஒரு கடிதம்கூட எழுதி வைத்துவிட்டுப் போகவில்லை. மாமி மாமி என்று பாசத்தோடு பழகிய என் அம்மாவிடம்கூட ஒரு வார்த்தை சொல்லவில்லை.

இருபது ஆண்டுகளுக்குப் பிறகு விசாலாட்சி மாமியைத் திருச்சியில் பார்த்தேன். அன்றும் காரடையான் நோன்பு. மாமி நோன்பு முடித்துவிட்டுக் கோயிலுக்கு வந்திருந்தாள். நெற்றியில் பெரிய பொட்டும் கழுத்தில் நோன்புச் சரடும் தலை நிறையப் பூவும் வலது மேலாக்கு மடிசார்க் கட்டுமாகப் பார்க்க மங்களகரமாக இருந்தாள். என்னை அவளுக்க அடையாளம் தெரியவில்லை. தலை நரைத்து முகத்தில் சுருக்கங்கள் விழுந்திருந்தாலும் எனக்குப் பார்த்த உடனேயே தெரிந்துவிட்டது. அறிமுகப்படுத்திக்கொண்டு, எப்படி இருக்கிறீர்கள் என்று கேட்டேன்.

'நன்னா இருக்கேண்டா. எங்காத்துக்காரர் இங்க பிஎச்ஈஎல்ல இருக்கார். லேட்டா பொறந்ததால பிள்ளை இப்பதான் எட்டாங்கிளாஸ் படிக்கறான்' என்றாள்.

நெடுநேரம் பேசிக்கொண்டிருந்தோம். என் அம்மா அப்பாவைப் பற்றியெல்லாம் நிறைய விசாரித்தாள்.

சொந்த வீடு, கார் இருக்கிறது, வீட்டில் சமையலுக்கு ஆள் போட்டிருக்கிறது என்று என்னென்னவோ சொன்னாள். வீட்டுக்கு வரும்படி அழைத்தாள். இன்னொரு சமயம் வருவதாகச் சொல்லிவிட்டு விடைபெற்றேன்.

அந்த மின்சார வாரிய அதிகாரி மாரடைப்பால் காலமானதை நான் சொல்லவில்லை.

புன்னகை

ஒவ்வொரு நாளும் உறங்கப் போகும்போது அவனை நினைத்துக்கொள்ளக்கூடாது என்றுதான் நினைப்பாள். ஆனால் அந்த நினைவின் தொடர்ச்சியாக அவன் முகம் மனத்தில் தோன்றிவிடும். பிறகு அவனது பேச்சு. செயல்பாடுகள். புன்னகை. எத்தனை எரிச்சலுடன் முகம் காட்டினாலும் சலிக்காமல் ஒவ்வொரு முறையும் எதிரே வந்து நின்று புன்னகை செய்வான்.

'என் விருப்பத்தை நான் சொல்லாமல் எனக்காக வேறு யார் உன்னிடம் சொல்வார்கள்?'

'ஆனால் நான் உன்னை விரும்பவில்லை. இனி விரும்புவேன் என்றும் தோன்றவில்லை.'

அதற்கு பதிலாகவும் ஒரு புன்னகைதான். போய்விடுவான். ஆனால் தவறாமல் மறுநாளும் வருவான்.

இது ஒரு அத்துமீறல் என்று அவள் நினைத்தாள். பெரிய பாதிப்புகளற்ற புன்னகைதான் என்றாலும் வேலையைக் கெடுக்கிறது என்று தோன்றியது. அதையும் வெளிப்படையாக அவனிடம் சொன்னாள். 'நான் உன் நினைவில் இருக்கிறேன் என்பது மகிழ்ச்சியாக இருக்கிறது' என்றான்.

அன்றிரவு உறங்கும்போது அவன் கனவில் வந்தான். எப்போதும் போலப் புன்னகை செய்து, 'நான் உன்னை விரும்புகிறேன்' என்று சொன்னான். அவள் சில வினாடிகள் யோசித்தாள். பிறகு, 'சரி. உன் காதலை நான் ஏற்கிறேன். பதிலுக்கு நீ ஒன்று செய்ய வேண்டும்.'

'என்னவென்று சொல்.'

'இனி எந்நாளும் நீ புன்னகை செய்யக்கூடாது. உன் புன்னகையை நீ நிரந்தரமாக இழக்கத் தயாரென்றால் நான் உன்னைக் காதலிக்கிறேன்.'

'அவ்வளவு பாதித்துவிட்டதா?'

'ஆம். நிச்சயமாக.'

'சரி. இனி நான் உன்னிடம் புன்னகை செய்ய மாட்டேன்.'

'சரி. நானும் உன்னைக் காதலிக்கிறேன்.'

பிறகு அவர்கள் திருமணம் செய்துகொண்டார்கள். குழந்தைகள் பிறந்து வளர்ந்து வெளிநாட்டில் வேலை தேடிக்கொண்டு சென்றன. அவர்களுக்கு வயதானது. அவன்தான் முதலில் மரணமடைந்தான். துயரம் அழுத்த, அவள் அழுதாள்.

மறுநாள் அவனைச் சந்தித்தபோது அவன் முகத்தில் புன்னகை இல்லை. வெறுமனே ஏக்கத்துடன் பார்த்து நின்றான். அவளுக்கு அது என்னவோ போல இருந்தது. 'கொஞ்சம் சிரியேன்' என்று சொன்னாள்.

மிச்சம்

ஐந்து லட்சம் ரூபாய்க்காகத் தற்கொலை செய்து கொள்வது சிறிது அபத்தம் என்று சம்பத்துக்குத் தோன்றியது. ஓராண்டு முழுவதும் முடங்கிப் போனதில் தொழில் இறந்துவிட்டது. உடைமையாக இருந்த அனைத்தையும் விற்று, இருந்த கடன்களை அடைத்துவிட்டான். ஒரே ஒரு ஐந்து லட்ச ரூபாய்க் கடன் எப்படியோ மீதமாகிவிட்டது. கடன் கொடுத்தவன் கேட்க முடியாத சொற்கள் அனைத்தையும் பேசி ஓய்ந்து, இறுதியாக இன்று காலை நேரில் வருவதாகச் சொல்லியிருந்தான். எப்படியும் அவன் தனியாக வரப் போவதில்லை. கெட்ட வார்த்தைகள் நன்கு பேசத் தெரிந்த, அல்லது மிரட்டத் தெரிந்த ஒன்றிரண்டு பேரை அழைத்துக்கொண்டுதான் வருவான். அவன் வரும்போது வெளியே போய்விட்டால் அப்போதைக்குத் தப்பித்துக்கொள்ள முடியும். ஆனால் எப்போதும் அப்படிச் செய்ய முடியாது.

தவிர, அது அவனுடைய ஆத்திரத்தை இன்னும் அதிகப்படுத்தும். மேலும் சம்பத்துக்குத் தப்பித்துச் செல்லும் விருப்பமும் இல்லை. அவனிடம் பணம் இல்லை. இருந்தால் கொடுத்துவிடுவான்.

'எல்லாருக்கும் செட்டில் பண்ண இல்ல? அப்பவே எனக்கும் பண்ணியிருக்க வேண்டியதுதானே?' என்று அவன் கேட்டான். வரிசையில் கடைசியில் இருந்தவன் விடுபட்டுப் போனது சம்பத் எதிர்பாராதது. இன்னும் சிறிது காலம் அவகாசம் தரும்படியும் அதற்கும் சேர்த்து வட்டியுடன் தந்து விடுவதாகவும் சொல்லிப் பார்த்தான். 'எவ்ள நாள்?' என்ற கேள்விக்குத்தான் பதில் சொல்ல முடியவில்லை.

ஏதாவது கம்பெனியில் வேலைக்குப் போயிருக்கலாம். சொந்தத் தொழில் என்று தொடங்கிப் பல வருடங்கள் முதலாளியாக இருந்துவிட்ட பிறகு அதை நினைத்துப் பார்ப்பது கஷ்டமாக இருந்தது. முதலாளியாக இருந்த நாள்களை இனி நினைக்கவே கூடாது என்று எண்ணிக்கொண்டான். துக்கம் மிகுந்து, கண் கலங்கியது. வீட்டைக் கூட்டிப் பெருக்க வந்த வேலைக்காரப் பெண் பார்த்துவிடப் போகிறாளே என்று அவசரமாகக் கண்ணைத் துடைத்துக்கொண்டான். அவளுக்கும் இம்மாத சம்பளம் தர வேண்டும். இதோடு வேலையில் இருந்து நின்றுகொள் என்று சொல்ல வேண்டும். எல்லாமே சங்கடம்.

அந்தப் பெண், வேலையை முடித்துவிட்டுக் கிளம்புவதாகச் சொன்னாள். சம்பத் அவளிடம்,

'இப்ப பணமில்லை. அடுத்த மாசம் சம்பளம் தந்திடுறேன். ஆனா நாளைலேருந்து வேலைக்கு வர வேணாம்' என்று சொன்னான்.

'பரவால்ல சார். தனியா இருக்கிங்க. கஷ்டப்படுறிங்கன்னு தெரியுது. அப்பிடியெல்லாம் கழுத்துல கத்தி வெக்க மாட்டேன் சார். நீங்க குடுக்கறப்ப குடுங்க. அதுக்காக வீடு கூட்டிப் பெருக்காம இருந்தா நல்லாருக்காது. எனக்கு நாலு வீட்டு வேல இருக்குது. சமாளிச்சிக்குவேன்' என்று சொல்லிவிட்டுப் போனாள்.

அவனுக்கு இது நெகிழ்ச்சியாக இருந்தது. சிறிய பாக்கிகள் பெரிய சுமையாவதில்லை போலிருக்கிறது.

ஒன்பது மணிக்குக் கடன் கொடுத்தவன் வந்தான். சம்பத் அவனை வரவேற்று உட்கார வைத்து, தன் நிலைமையைச் சொன்னான். சிறிய, வாடகை வீட்டுக்கு இடம் மாறி வந்து இன்னும் வாடகைகூடத் தரவில்லை என்றான். சாட்சிக்குத் தனது வங்கி பாஸ் புக்கை எடுத்துக் காண்பித்தான்.

'எப்பதான் தருவ?' என்று அவன் எரிச்சலுடன் கேட்டான்.

ஒரு கணம் யோசித்தவன், 'உண்மைலயே தெரியல. எங்கயாவது வேலை தேடிக்கிட்டு போகலாம்னு இருக்கேன். சம்பளம் வர ஆரம்பிச்சதும் மாசாமாசம் அப்படியே கொண்டு வந்து குடுத்துடுறேன்' என்று சொன்னான்.

கடன் கொடுத்தவன் சிறிது நேரம் அமைதியாக அமர்ந்திருந்தான். பிறகு, 'பொண்டாட்டி, புள்ளகுட்டின்னு இருந்தா நாக்கப் புடுங்கற மாதிரி நாலு வார்த்த கேட்டுட்டுப் போவேன். அவமானத்துக்கு பயந்தாவது பணத்துக்கு ஏற்பாடு பண்ணுவ. நீ ஒண்டிக்கட்டை. சாவுக்கு நாந்தான் காரணம்னு லெட்டர் எழுதி வெச்சிட்டு செத்தன்னா என் குடும்பம் நடுத்தெருவுக்கு வந்திடும். தேவையா எனக்கு? சீக்கிரம் குடுக்கற வழியப் பாரு' என்று சொல்லிவிட்டு எழுந்து போனான்.

சம்பத்துக்கு இப்போதும் நெகிழ்ச்சியாக இருந்தது. பத்து காசுக்கு வக்கில்லாதவனோட நான் எப்படி வாழ என்று கேட்டுப் பிரிந்து போனவளை நன்றியுடன் எண்ணிக்கொண்டான்.

வரம்

நெடுநாள் போராடித் தோற்றுவிட்டது போலத் தோன்றியது. வாழ்ந்த நாள்களில் எண்பது சதவீதம் இருக்குமா? அதற்கு மேலேயே இருக்கலாம். வீட்டைத் துறந்து, படிப்பை விடுத்து, உறவுகளை மறந்து, சந்தோஷங்களை இழந்து நாடோடியாக எங்கெங்கோ அலைந்து திரிந்தாகி விட்டது. பிச்சை உணவு பழகிவிட்டது. மான அவமானங்களை எண்ணிப் பார்ப்பதில்லை. தியானமும் தவமும் வேட்கையுமாக நதிப் படுகைகளில், மலைக் குகைகளில், அடர்ந்த கானகங்களில் வாழ்க்கை உருகி ஓடிப் போனது. ஞானம் சித்திக்கவில்லை. தரிசனம் கைகூடவில்லை. இன்னும் சில நாள்களில் அது நிகழலாம். அல்லது சில வருடங்கள் ஆகலாம். நடக்காமலேகூடப் போய்விடலாம். ஆனால் சலிப்பாகிவிட்டது.

போதும்; நிறுத்திக்கொள்ளலாம் என்று தோன்றியது. கொல்லி வனத்தின் இண்டு இடுக்குகள் அனைத்தும் எனக்குத் தெரியும். அங்கு

விளையும் ஒவ்வொரு புல் பூண்டின் பலனும் தெரியும். கவனமாகத் தேடி ஒரு சிறந்த விஷ மூலிகையைப் பறித்து சாறெடுத்து வைத்தேன். இறுதியாக ஒருமுறை இறைவனை நினைத்துப் பார்க்கலாமா என்று சிறு சபலம் உண்டானது. இதுவரை வரமாக எதுவும் தந்திராதவன். இரக்கப்பட்டு இப்போதாவது எதையாவது செய்ய நினைக்கலாம். ஆனால் கண்ணைப் பிடுங்கிக் கொடுத்த பிறகுதான் பொதுவாக அவனுக்குக் கருணை வரும் போலிருக்கிறது.

ஒழியட்டும். அப்படியொருவன் இல்லை என்னும் ஞானத்தை அடைந்ததாகக் கருதி முடித்துக்கொண்டுவிடலாம் என்று நினைத்தேன். விஷக் குவளையைத் தொட்டேன்.

நெஞ்சு வலித்தது.

பெட்டி

ஐயாவுக்கு இருபது வருடங்களாக நான் கார் ஓட்டிக்கொண்டிருக்கிறேன். அவர் ஒரு காலத்தில் பெரிய நடிகர். நிறைய சம்பாதித்தார். என்னைப் போல அவரிடம் வேலை பார்க்கும் எல்லோருக்கும் மகிழ்ச்சி கொள்ளும் அளவுக்கு சம்பளம் கொடுத்தார். ஏதாவது விசேஷம் என்று பத்திரிகை வைத்தால் வீடு தேடி வந்து தாம்பாளத்தில் பழங்களுடன் பத்தாயிரம், இருபத்தையாயிரம் ரூபாயெல்லாம் தருவார். மிகவும் நல்ல மாதிரி. அவருக்கு அப்படியொரு துயரம் வந்திருக்க வேண்டாம்.

சினிமாவில் அவருக்கு வயதானபோது ஒரு கட்சி ஆரம்பித்தார். மாநிலம் முழுவதும் இருந்த ரசிகர் மன்ற உறுப்பினர்களில் பெரும்பாலானவர்கள் கட்சியில் சேர்ந்துகொண்டார்கள். தவிர அவரது சொந்த ஊரில் சாதிக்காரர்கள் அத்தனைப் பேரும் அவர் சொன்னால் கேட்பவர்களாக இருந்தார்கள்.

ரசிகர்கள் தவிர சுமார் பத்தாயிரம் பேரின் ஓட்டுகளாவது அவரது வார்த்தைக்கு விழும். இதன் மூலம் ஒவ்வொரு தேர்தல் சமயத்திலும் அவருக்கு நிறையக் கட்சிகளில் இருந்து அழைப்பு வரும். ஏதாவது ஓர் அணியைத் தேர்ந்தெடுத்துக் கூட்டணி வைப்பார். நல்ல வருமானம் இருக்கும். பதிலுக்கு அவர்களுக்கு ஓட்டுப் போடச் சொல்லித் தனது ஆதரவாளர்களை அவர் கேட்டுக்கொள்வார். அவர்களும் விசுவாசமாக அவர் பேச்சைக் கேட்டு வாக்களிப்பார்கள்.

இந்த முறை தேர்தல் வந்தபோது ஐயா மிகுந்த மகிழ்ச்சியுடன் அரசியல் பணிகளை மேற்கொள்ள ஆரம்பித்தார். தினமும் ஒவ்வொரு கட்சித் தலைவராகப் போய் சந்தித்தார். தொகுதிப் பங்கீடு போன்ற சிக்கலெல்லாம் இல்லாத ஒரே தலைவர் என் ஐயாதான். ஒரே ஒரு தொகுதியைத்தான் அவர் எப்போதும் எதிர்பார்ப்பார். அது கிடைக்காவிட்டாலும் கூட்டணியில் ஒருவர் என்ற அங்கீகாரமும் தேர்தல் செலவுக்கான தொகையும் கிடைத்துவிட்டால்கூடத் திருப்தியடைந்துவிடுவார்.

என்ன காரணத்தாலோ இம்முறை எல்லா பெரிய கட்சித் தலைவர்களும் ஐயாவுடன் மரியாதையாகப் பேசினாலும், பிறகு சொல்லி அனுப்புகிறேன் என்று திருப்பி அனுப்பிக்கொண்டிருந்தார்கள். தேர்தல் நாள் நெருங்கும் வரையிலுமேகூட எந்தக் கூட்டணித் தலைவரும் அவரைச் சேர்த்துக்கொள்ளவில்லை. அவருக்குச் சிறிது கடன் இருந்தது. இம்முறை தேர்தலில் கிடைக்கும்

பணத்தைக் கொண்டு அதனை அடைத்துவிடலாம் என்று சொல்லிக்கொண்டிருந்தார். துரதிருஷ்ட வசமாக அது நடக்காமல் போனது. மிகுந்த ஆத்திரத்துடன் என்னிடம், 'இம்முறை நான் தனியாகவே நின்று அத்தனைப் பேரின் ஓட்டுகளையும் பிரித்துக் காட்டுகிறேன் பார்' என்று சொன்னார்.

ஆனால் அவரது சொந்த ஊரில்கூட அவருக்கு முப்பது ஓட்டுகள்தாம் விழுந்தன. எப்போதும் இன்னொருவரைத் தேர்தலில் நிறுத்தி, அவருக்காகப் பிரசாரம் செய்பவர் இம்முறை தானே நின்றார். இதுவரை அவர் நிறுத்திய வேட்பாளர்கள் வாங்கியதைக் காட்டிலும் அவருக்கு மிகவும் குறைவான ஓட்டுகளே விழுந்தன.

'சாதிக்காரனும் ஓட்டுப் போடல. கட்சிக்காரனும் ஓட்டுப் போடல. ரசிகனுங்களும் ஓட்டுப் போடல. எல்லாரும் துரோகிங்க ஐயா!' என்று என் குமுறலை அவரிடம் கொட்டினேன்.

'விட்றா. என்னைய தோக்க வெக்குறதா சொல்லி என் பொண்டாட்டி ஒரு பொட்டி வாங்கிட்டா. எப்பிடிப் பாத்தாலும் எலக்சன்ல நாந்தான் ஜெயிச்சேன்' என்று சொன்னார்.

லலா

ஒவ்வொரு நாளும் கனவில் அவள் வருகிறாள். தன் பெயர் லலா என்று சொல்கிறாள். அந்தப் பெயருக்கு என்ன அர்த்தம் என்று கேட்டால் சிரித்துவிட்டு மறைந்துவிடுகிறாள். அதைத் தவிர வேறு ஏதாவது பேச்சுக் கொடுத்து சில நிமிடங்கள் அவளைத் தக்க வைக்கலாம் என்று ஒவ்வொரு விடியலிலும் நினைத்துக்கொள்வதுதான். ஆனால் கனவில் அது முடிவதில்லை. அவள் பெயரைச் சொன்னதுமே அதன் பொருளைக் கேட்டுவிடுகிறேன். இது என்ன அபத்தம். ஏதோ ஒரு பெயர். ஏதோ ஒரு பொருள். என்னவாக இருந்தால் என்ன? அவள் லலா. அழைப்பது சுலபமாக உள்ளது. தவிர நன்றாகவும் இருக்கிறது. கனவில் இன்னும் சிறிது கவனமாக வாழப் பழக வேண்டும்.

அன்றும் லலா கனவில் வந்தாள். மெய்ம்மறந்து அவளையே பார்த்துக்கொண்டிருந்தேன். நெருங்கியதும் என் பெயர் லலா என்று சொன்னாள்.

புன்னகை செய்தாள். வழக்கம்போல அதன் பொருள் என்னவென்று கேட்டேன். உடனே அவள் மறையத் தொடங்கவும் கனவுக்கும் நனவுக்கும் இடைப்பட்ட விளிம்பை எட்டிப் பிடித்து, 'இல்லை இல்லை. எனக்குப் பொருள் வேண்டாம். நீ இரு; போய்விடாதே' என்று கத்தினேன்.

என்ன நினைத்தாளோ. முற்றிலும் மறைந்து போனவள் அபூர்வமாக மீண்டும் என் எதிரே வந்து தோன்றினாள். சற்றும் தாமதிக்காமல் 'நீ மிகவும் அழகாக இருக்கிறாய்' என்று சொன்னேன்.

'நன்றி. நீ ஒரு நல்ல *ENT* ஸ்பெஷலிஸ்டைப் போய்ப் பார்' என்று சொல்லிவிட்டு மறைந்தாள்.

தலைமுறை

அபார்ட்மெண்ட் செகரெட்டரி குமுறிக் கொட்டிக் கொண்டிருந்தார். இதென்ன நூறு பேர் குடியிருக்கும் இடமா இல்லை கூத்தடிக்கும் மடமா?

உடனே ஒரு சனாதனவாதி மடங்களைக் கேலி பேச வேண்டாம் என்று கேட்டுக்கொண்டார். பொது ஒழுக்கத்துக்குக் கேடு விளைவிக்கும்படியாக ஏதாவது நடந்திருந்தால், சம்பந்தப்பட்டவர்களைத் தனியே அழைத்து எச்சரித்தால் போதும் என்று ஓய்வு பெற்ற நீதிபதி ஒருவர் சொன்னார். பொது வெளியில் தவறு நடந்தால் அதைப் பொதுவில் கண்டிப்பதுதான் சரி என்று பிறர் நலனில் அக்கறை உள்ள பெண்மணி ஒருவர் ஆவேசப்பட்டார்.

விஷயம் இதுதான். செகரெட்டரி நேற்றிரவு படுக்கச் செல்லும் முன் எப்போதும்போலக் கடமை உந்தித் தள்ள, குடியிருப்பு வளாகத்தை ஒரு முறை சுற்றி வந்து பார்வையிட்டார். வளாகத்தின்

பின்புறம் சற்றுத் தள்ளி ஒதுக்குப்புறமாக உள்ள பிள்ளையார் கோயிலை அடுத்த அரச மரத்தின் அடியில் ஒரு ஆணும் பெண்ணும் தனியே அமர்ந்து சிரித்துப் பேசிக்கொண்டிருந்தார்கள். அவர்கள் திருமணமானவர்கள் இல்லை. தவிர, அந்த இரவுப் பொழுதில், சரியாக முகம் தெரியாவிட்டாலும் அவர்களிடையே செகரெட்டரி கண்ட நெருக்கம் சகிக்க முடியாதிருந்தது. பிரம்மச்சாரிக் கடவுளான பிள்ளையார் நிச்சயமாக சங்கடப்பட்டிருப்பார்.

செகரட்டரி இதனைச் சொன்னதும், குடியிருப்பு வளாகத்தில் யாரும் காதலிக்கக்கூடாது என்று பைலா சொல்கிறதா என்று தி இந்துவுக்கு தினமும் கடிதம் எழுதும் ஒரு பெரியவர் கேட்டார். குழந்தைகள் ஓடி ஆடி விளையாடும் பொது இடத்தில் வயது வந்தவர்கள் பொறுப்புடன் நடந்துகொள்ள வேண்டாமா என்று அவர் பதிலுக்குக் கேட்டார். காதல் என்று வந்துவிட்டால் பொறுப்பெல்லாம் மறந்துவிடும் என்று சிலர் சொன்னார்கள். நிறையப் பேர் ஏராளமாகக் கருத்து சொல்லிவிட்டு, இறுதியில் காதலிப்பது தவறல்ல; ஆனால் வளாகத்துக்குள் காதலை வைத்துக்கொள்ள வேண்டாம் என்று முடிவு செய்தார்கள். குடியிருப்பு வாட்சப் குரூப்பில் அதை அப்போதே ஒரு அறிவிப்பாகவும் வெளியிட முடிவு செய்தார்கள்.

மறு நாள் இரவு அதே நேரத்தில் வளாகத்தில் வசிக்கும் இருபது முப்பது பேருக்குத் திடீரென்று உடல் நலனின்மீது அக்கறை பிறந்து வாக்கிங் போனார்கள். பிள்ளையார் கோயிலைக் கடக்கும்போது உற்று உற்றுப் பார்த்துக்கொண்டே

சென்றார்கள். அப்போது சைக்கிள் ஓட்டிப் பழகிக்கொண்டிருந்த நான்கைந்து சிறுவர் சிறுமியர் அந்தப் பக்கம் வந்தார்கள்.

'தேடாதிங்க அங்கிள். சந்தோஷ் அண்ணாவையும் லீனா அக்காவையும் நாங்க மொட்டை மாடிக்குப் போய் லவ் பண்ண சொல்லிட்டோம். இனிமே உங்களுக்கு இங்க டிஸ்டர்பன்ஸ் இருக்காது' என்று சொல்லிவிட்டுப் போனார்கள்.

ஆசி

கிழவிக்கு எப்படியும் எண்பது வயது இருக்கும். அவள் நின்று, நடந்து நான் பார்த்ததில்லை. வீட்டை விட்டுக் கிளம்பி தெரு முனைக்கு வரும்போது மெயின் ரோடுக்குத் திரும்பும் இடத்தில் அவள் ஒரு கோணிப்பையை விரித்து சாலை ஓரம் அமர்ந்திருப்பாள். யாரையும் அழைக்க மாட்டாள். கையேந்த மாட்டாள். யார் என்ன கொடுத்தாலும் வணங்கி ஏற்றுக்கொள்வாள். எதுவும் தராதவர்கள் மீது அவளுக்கு எந்த விமரிசனமும் இல்லை.

முதலில் எப்போதாவது தோன்றும்போது ஏதாவது சில்லறைக் காசைப் போட்டுவிட்டுப் போவேன். ஏதோ ஒரு நாள் பாக்கெட்டில் கையை விட்டபோது ஒரு பத்து ரூபாய் நோட்டு வந்தது. சில்லறைதான் போட வேண்டும் என்று என்ன இருக்கிறது? அந்த நோட்டை அவள் முன் வைத்துவிட்டு வண்டியைக் கிளப்பினேன். அப்போதுதான் அவள் என்னை நிமிர்ந்து பார்த்தாள். அதற்கு மேல் ஒன்றுமில்லை.

மறுநாளும் அவளுக்கு நான் ஒரு பத்து ரூபாய் நோட்டைத் தந்தேன். அன்று புன்னகை செய்தாள். அந்தச் சிரிப்பு எனக்குப் பிடித்துப் போய்விட்டது. அன்று முதல் ஒவ்வொரு நாளும் அவளுக்குப் பத்து ரூபாய் தரத் தொடங்கினேன்.

ஒரு வருட காலம் இது தொடர்ந்தது. எங்களுக்குள் ஒரு வார்த்தைப் பரிமாற்றம்கூட இருந்ததில்லை. நான் ரூபாய் நோட்டை அவள் முன் வைப்பேன். அவள் நன்றியுடன் புன்னகை செய்வாள். அவ்வளவுதான். செய்கிற எவ்வளவோ பாவங்களில் ஒன்றிரண்டாவது அதில் கழிந்துவிடும் என்று எண்ணிக்கொள்வேன்.

திடீரென்று நோய்த் தொற்றுக் காலம் ஒன்று உண்டானது. உலகம் வீடுகளுக்குள் சுருண்டுகொண்டது. நான் அலுவலகம் செல்வது நின்றது. வீட்டில் இருந்தபடியே வேலை பார்க்க ஆரம்பித்தேன். எட்டு மாதங்களில் வாழ்க்கை தலை கீழானது. மீண்டும் அலுவலகம் செல்லத் தொடங்கியபோதுதான் எனக்கு அந்தக் கிழவியின் நினைவு வந்தது. அவள் எப்போதும் அமர்ந்திருக்கும் இடத்தில் அன்று இல்லை. அடுத்தடுத்த தினங்களிலும் நான் அவளைக் காணவில்லை. அவள் இடம் மாறிச் சென்றிருப்பாள் என்று நம்ப மட்டுமே விரும்பினேன்.

ஆனால் இல்லை. நான் அலுவலகம் செல்லத் தொடங்கிய பத்தாம் நாள் திரும்பவும் அவளை அதே இடத்தில் கண்டேன். வண்டியை நிறுத்தி இறங்கி பத்து ரூபாய்த் தாளை அவள் எதிரே

வைத்தேன். நிமிர்ந்து பார்த்துப் புன்னகை செய்தாள். அன்றுதான் அவளுடன் முதல் முதலில் பேசியது.

'எப்டி இருக்கிங்க?'

'நல்லா இருக்கேன் தம்பி. வியாதியெல்லாம் ஒண்ணும் வரல. நீ நல்லா இருக்கியா?'

நான் புன்னகை செய்தேன்.

'இந்தா' என்று சட்டென்று கோணிப் பையின் அடியில் வைத்திருந்த ஒரு கொய்யாப் பழத்தை எடுத்துக் கொடுத்தாள். கணப் பொழுதுதான். வெயில் தணிந்து காற்றடித்தது. நாய் ஒன்று குரைத்துக்கொண்டு என்னைக் கடந்து ஓடியது. 'வரேன்' என்று தலையசைத்து விடைபெற்றுக் கிளம்பினேன்.

இறுதிச் சடங்கு

*ச*ரி நாம் திருமணம் செய்துகொள்ளலாம். அவ்வளவுதானே? திருப்தியா? சந்தோஷமா?

யெஸ். தேங்ஸ். ஆனால் ஊரறிய. எனக்கு பேப்பரில் போட்டோ வரவேண்டுமென்ற ஆசையெல்லாம் இல்லை. ஆனால் குறைந்தபட்சம் நம் நண்பர்களுக்குத்தெரியவேண்டும். பெற்றோருக்குத் தெரியவேண்டும். உறவினர்களுக்கு அப்புறம்.

அவன், அவனை ஒரு கணம் உற்றுப் பார்த்தான். புன்னகை போல் ஒன்று வந்த மாதிரி இருந்தது. ஆனால் முழுதாக இல்லை. சரி. சொல்லி விடுவோம்.

செருப்பு பிஞ்சிடும் ராஸ்கல் என்றாள் அம்மா. நீ என் பிள்ளையே இல்லை என்று அப்பா சொன்னார். மச்சி ட்ரீட் உண்டா என்றான் ராமச்சந்திரன். விருந்தில்லாத கல்யாணமா.

இரண்டு பேரும் உட்கார்ந்து விருந்துக்கு

மெனு எழுதினார்கள். இரவு விருந்து. மதுவுக்குப் பிறகான விருந்து. டின்னர் பஃபே ப்ளேட்டொன்றுக்கு இரண்டாயிரத்தி முன்னூறு என்று பேசி பதினைந்து பேரை போனில் அழைத்தார்கள். கேஷுவல்ஸுக்குச் சென்று துணி எடுத்தார்கள். கோட் சூட்தான் இதற்கெல்லாம் பொருத்தம். ஆனால் அவன் வேண்டாம் என்று சொல்லிவிட்டான். கேஷுவலாக இருப்போம். நமது வாழ்வில் இது ஒரு சம்பவம்தான். சமூகத்துக்குத்தான் சரித்திரம்.

டேய் ஃபர்ஸ்ட் நைட் உண்டா என்றான் ராமச்சந்திரன். பல நல்லிரவுகள் முடிந்துவிட்ட பிறகு இப்படி ஒரு கேள்வி. அபத்தத்தின் அழகியல். ராமச்சந்திரனுக்கும் தெரிந்ததுதான். ஆனாலும் கேட்பதில் இப்போது ஒரு சுகம். நல்லது நண்பா. என்ன வேண்டுமானாலும் கேள். கண்டிப்பாக முதலிரவு உண்டு.

பால் சொம்பு? பூ அலங்காரம்? டேய் நீ அவன் கால்ல விழுவியா? என்னதாண்டா பண்ணுவிங்க? ஒன்ன நீ எப்படி ஒய்ஃப் பொசிஷன்ல ஃபிக்ஸ் பண்ணிகிட்ட? அவந்தான் மேல் பார்ட்னர்னு டிசைட் பண்ணது அவனா நீயா? ஃப்ளாட் புக் பண்ணிட்டிங்களா? அக்கம்பக்கத்துல இருக்கறவங்க அப்ஜெக்ட் பண்ணாங்கன்னா?

இரவெல்லாம் உட்கார்ந்து பேசிக்கொண்டிருந் தார்கள். எல்லோருக்கும் கேள்விகள் இருக்கின்றன. ஒரு குறுகுறுப்பு இருக்கிறது. தேசத்துடனும் கலாசாரத்துடனும் வரக்கூடிய சிக்கல்களுடனும்

எதிர்கொள்ள நேரும் பிரச்னைகளுடனும் பொருத்தி வைத்துப் பேசுவதில் ஒரு சுகம் இருக்கிறது. எதுவும் பிழையில்லை. எதுவும் பெரிதும் இல்லை.

ராமச்சந்திரன்தான் அதையும் கேட்டான். எதிர்காலத்தில் எப்போதாவதேனும் யாராவது ஒரு பெண்ணைப் பிடித்துப் போனால்?

பிடிக்க வாய்ப்பில்லை என்று சொன்னால் புரியப் போவதில்லை. எனவே புன்னகை செய்தான். அவன் புன்னகை அவனுக்குப் பிடித்திருந்தது. எனவே அவனும் புன்னகை செய்தான்.

பொண்ணுங்கள பிடிக்கவேகூடாதான்ன? புடிச்ச பொண்ணெல்லாம் புடிச்ச தங்கச்சி. அவ்ளதான்.

எல்லோருமே வாழ்த்துச் சொன்னார்கள். எல்லோருமே கட்டிப் பிடித்து கைகுலுக்கினார்கள். எல்லோருக்குள்ளும் ஒரு எகத்தாளம் இருக்கத்தான் செய்யும்.

இரவு முழுவதும் மொட்டை மாடியில் பேசிக் களைத்து அதிகாலை அனைவரும் கிளம்பினார்கள். மச்சான் ஒம்பதே காலுக்கு முகூர்த்தம். மறந்துடாதிங்கடா. ஈவ்னிங் ஏழு மணிக்கு சோழால மீட் பண்றோம்.

கிளம்பும்போது மீண்டும் ராமச்சந்திரன்தான் கேட்டான்.

கல்யாணத்துக்கப்பறம் ஒருவேள அவன் செத்துட்டா? ஐமீன்.. இல்ல, நீ செத்துட்டா?

ஒரு கணம் அனைவரும் பேச்சற்றுப் போனார்கள். அவன் யோசித்தான். அவனும் யோசித்தான். ஆத்திரமூட்டக்கூடிய கேள்விதான். ஆனாலும் இதை யோசித்ததில்லை. அவன் கேட்பது விதவைத் திருமணம் பற்றி. அல்லது மனைவியை இழந்தவனின் மறுமணம் பற்றி.

தப்பா நெனச்சிக்காத மச்சான். கேக்கலன்னா எனக்கு மண்ட வெடிச்சிரும்.

நோ ப்ராப்ளம் என்றான் அவன். அப்ஸல்யூட்லி நோ ப்ராப்ளம் என்றான் அவன்.

பட் வி நீட் டு திங்க் அபவுட் திஸ். இது ஒடம்புலேருந்து மனசுக்குப் போன ஒறவுடா. கொஞ்சம் பேஜார்தான். யோசிச்சிட்டு சொல்றேன், ஓகேவா?

அவர்கள் கிளம்பிச் சென்றார்கள்.

திருமணம் முடிந்து இரவு பார்ட்டி ரகளையாக நடந்தது. வீட்டுக்குப் போகும் வழியில்தான் விபத்தானது. அவன் அங்கேயே செத்துப் போனான். பாதி வழியில் நண்பர்கள் அத்தனை பேரும் பதறியடித்துத் திரும்பி வந்தார்கள். அவன் கதறிக்கொண்டிருந்தான். ராமச்சந்திரன் தலையில் அடித்துக்கொண்டு அழுதான். என்னை சாவடிங்கடா.. எழவெடுத்த மூதேவி நான் ஏண்டா அப்படி ஒரு கேள்விய கேக்கணும்? நான் நல்லவன் இல்லடா.. எனக்கு நல்ல மனசு இல்லடா.. என் நாக்குல சனி இருக்குடா.. என்னைக் கொல்லுடா டேய்...

பழக்கமில்லாமல் வெகுநேரம் அழுததில் அவனுக்குத் தலை வலித்தது. மிகவும் சோர்வாக இருந்தது. நண்பர்கள் யார் யாருக்கோ போன் செய்து தகவல் சொல்லிக்கொண்டிருந்தார்கள்.

அவன் மெல்ல எழுந்து தள்ளாடியபடி பாத்ரூமுக்குள் சென்று கதவை மூடிக்கொண்டான். சௌகரியமாக சுவரோரம் சாய்ந்து தரையில் அமர்ந்துகொண்டு பேண்ட்டின் ஜிப்பை அவிழ்த்தான்.

தகவல் பிழை

ஒரு ஊரில் ஒரு தகவல் பிழை இருந்தது. பிறக்கும்போதே அது பிழைபட்டு இருந்ததால் அதனை மறைக்க அதன் பெற்றோர் அது ஓர் அற்புதம் என்றும் வரம் வாங்கிப் பெற்றது என்றும் சொல்லிப் பரப்பிவிட்டார்கள். வயது ஆக ஆக அத்தகவல் பிழையின் தோற்றத்தைக் குறித்த வதந்திகளும் சிலாகிப்புகளும் ஊரெங்கும் பரவத் தொடங்கின. காரணம், அதன் பெற்றோர் அதனை வீட்டை விட்டு வெளியே அனுப்பியதே இல்லை. பொத்திப் பொத்தி வளர்க்கும் தங்கள் குழந்தையைக் குறித்த தகவல்களை மட்டும் அவ்வப்போது வெளியே சொல்வார்கள்.

'தெரியுமா உனக்கு? எங்கள் தகவல் பிழையை நடிக்க வரும்படிக் கேட்டு இதுவரை நான்கு இயக்குநர்கள் வந்துவிட்டார்கள்.'

'அப்படியா?'

'அதிலெல்லாம் விருப்பமே இல்லை என்று தீர்மானமாகச் சொல்லிவிட்டாள்.'

'என்ன செய்யப் போகிறாளாம்?'

'தெரியவில்லை. இப்போது யுஎஸ் போயிருக்கிறாள். ஆய்வு முடித்துத் திரும்பிய பிறகுதான் அதைப் பற்றி முடிவு செய்ய வேண்டும்.'

பிறகொரு சமயம் தகவல் பிழைதான் கொரோனா வைரஸைக் கட்டுப்படுத்துவதற்கான தடுப்பூசி மருந்தைக் கண்டுபிடித்தவன் என்று சொன்னார்கள்.

'பிரதமர் நேரில் சந்திக்க அழைத்தும் எங்கள் மகன் போக மறுத்துவிட்டான். பேப்பரில் போட்டோ வந்துவிடக்கூடாது என்பதில் அவனுக்கு அவ்வளவு அக்கறை.'

திடீரென்று ஒரு சிவராத்திரி தினத்தன்று தகவல் பிழையின் ஆனந்தத் தாண்டவம் என்று ஊரெங்கும் போஸ்டர் ஒட்டியிருந்தது. இன்னொரு சமயம், நேர்படப் பேசு நிகழ்ச்சியில் தகவல் பிழையின் அனல் பறக்கும் பேச்சு என்று ஃபேஸ்புக்கில் ஸ்கிரீன் ஷாட் வெளியானது. பொதுத் தேர்தல் வந்தபோது தகவல் பிழையின் ஆசி பெற்ற வேட்பாளர் என்று சொல்லிக்கொண்டு பதினேழு பேர் களத்தில் இறங்கினார்கள். செவ்வாய் கிரகத்துக்குச் சென்ற இந்திய விஞ்ஞானி தகவல் பிழை அவர்கள் அங்கிருந்து நேரலையில் வருவார் என்று சொன்னார்கள். திடீரென்று இரண்டாயிரம் பக்க நாவல் ஒன்று தகவல் பிழையின் பெயரில் வெளியாகி இலக்கிய உலகில் பெரும் சர்ச்சைக்கு

வித்திட்டது. இந்த வருட சாகித்ய அகடமி விருது தகவல் பிழைக்குத்தான் என்று ஏக மனதாகத் தமிழுலகம் முடிவு செய்திருந்தபோது சாலை விபத்தில் தகவல் பிழை காலமான செய்தி இடி போல வந்து சேர்ந்தது.

காரில் உடன் சென்றவர்களில் உயிர் பிழைத்தவர்கள் எதிர்ப்பட்ட டாக்டரிடம் எவ்வளவோ மன்றாடியும் அவர் தகவல் பிழைக்கு சிகிச்சை செய்ய மறுத்துவிட்டார்.

'இது சிவில் கேஸ் சார். நீங்க இண்டர்போல்ல முதல்ல கம்ப்ளைண்ட் குடுத்துட்டு வாங்க. அப்புறம் பார்க்கலாம்.'

ரிப்

பாட்டி மரணப் படுக்கையில் இருந்தாள். வயதான கட்டைதான் என்றாலும் போகப் போகிற நேரத்தில் ஒரு துயரம் சூழத்தான் செய்யும். அம்மா அழுதுகொண்டிருந்தாள். எதிர்பார்த்து முன்கூட்டி வந்திருந்த உறவினர்கள் ஒவ்வொருவராகத் தமது நினைவுகளைப் பகிர்ந்துகொண்டிருந்தார்கள். பாட்டி நல்லவள். பாட்டி பரந்த மனப்பான்மை கொண்டவள். சிக்கனமானவள். அவள் கோபப்பட்டுப் பார்த்ததில்லை. அவள் சமைக்கும் அரிசி உப்புமா ருசிகரமானது. பாட்டி நிறைய கஷ்டப்பட்டிருக்கிறாள். ஆனால் எதையும் காட்டிக்கொண்டதில்லை. தாத்தா அவளை இன்னும் சிறிது நன்றாக வைத்துக்கொண்டிருந்திருக்கலாம். இறுதி வரை போராட்ட வாழ்க்கைதான் அவளுக்கு வாய்த்தது.

இன்னும் என்னென்னவோ சொன்னார்கள். எழுபது எண்பது வருட வாழ்க்கையில் நினைவுகூர

நிறையவே இருக்கும். இதையெல்லாம் நினைவற்றுக் கிடக்கும் அவள் எதிரே அமர்ந்து சொல்வதற்கு ஏதாவது தத்துவார்த்தக் காரணம் இருக்குமா என்று தெரியவில்லை. ஒருவேளை அவளுக்கு அரை நினைவு இருக்குமானால், பேசுவதெல்லாம் காதில் விழுந்து சிறிது திருப்தியடையக்கூடும். அது நிம்மதியாகப் போய்ச்சேர வழி வகுக்கும் என்றால் சரி. ஆனால் யாருக்குத் தெரியும்?

தனக்கு ஏன் அப்படி நினைவுகூரும் விதமாக ஒன்றுமில்லை என்று யோசித்தான். பாட்டி என்றல்ல. எந்த உறவுடனும் நெருங்கியது கிடையாது. யாருடனும் உணர்வுபூர்வமான தொடர்பு இருந்ததில்லை. இருக்கிறாயா. இருக்கிறேன். சாப்பிட்டாயா. சாப்பிட்டேன். யார் கவளத்தையும் இன்னொருவர் களவாடாதவரை எல்லோரும் நல்லவர்கள்.

ஏண்டா உம்முனு இருக்க என்று சில உறவினர்கள் கேட்டார்கள். அவனுக்கு மட்டும் வருத்தம் இருக்காதா என்று வேறு சிலர் பதில் சொன்னார்கள். உண்மையில் தனக்கு அப்படி ஒரு வருத்தம் ஏன் சிறிதும் இல்லை என்பதே அவனது கவலையாக இருந்தது. இத்தனைக்கும் பாட்டிக்கு அவனைப் பிடிக்கும். நிறைய செய்தவள் இல்லை என்றாலும் அன்பில் குறை வைத்ததில்லை. அருகே அமர்ந்து சில முறை தலையைக் கோதி, கன்னம் வருடிக் கொடுத்திருக்கிறாள். சிறிய வயதில் சில கதைகள்கூடச் சொல்லியிருக்கிறாள்.

தெரியவில்லை. ஒருவேளை பாட்டி இறந்த பிறகு அழுகை வருமோ என்னவோ. எதற்கும் இருக்கட்டும் என்று பாட்டி அருகே அமர்ந்து ஒரு செல்ஃபி எடுத்துக்கொண்டான். பிறகு அதை ஃபேஸ்புக்கில் வெளியிட்டு, அமைதியாக உறங்குங்கள் பாட்டி என்று ஒரு கேப்ஷன் கொடுத்தான்.

அன்றிரவு பாட்டி இறந்துவிட்டாள். அவனுக்கு அழுகை வரவில்லை. மறுநாள் காரியமெல்லாம் முடிந்து ஓய்வாக ஃபேஸ்புக்கைத் திறந்து பார்த்தபோது இரண்டாயிரம் லைக்குகளும் அறுநூறு ரிப்களும் வந்திருந்தன. அப்போது அழுகை வந்தது.

செகண்ட் ரேங்க்

அவன் ஒரு கவிதை எழுதினான். அவள் அது நன்றாக இருப்பதாகச் சொன்னாள். அவன் சிறிதாக தாடி வைத்துக்கொண்டான். அவள் அது அவன் முகத்துக்கு எடுப்பாக இருப்பதாகத் தெரிவித்தாள். அவன் ஒரு ஏழைப் பிச்சைக்காரனுக்கு மதிய உணவு வாங்கித் தந்ததை அவள் கண்டாள். அவனுக்கு நல்ல மனம் என்று சொன்னாள். அவனுக்கு அது திருப்தியாக இருந்தது. பிறகொரு நாள் உடன் படித்த மாணவன் தேர்வில் தோல்வியுற்றதை அடுத்துத் தற்கொலை செய்துகொள்ளச் சென்றபோது அவன் தடுத்து, ஆறுதலும் நம்பிக்கையும் சொல்லி, அவனை ஊக்குவித்து அடுத்தத் தேர்வில் அதிக மதிப்பெண்களுடன் வெற்றி பெறச் செய்தான். அவள் வழக்கத்தினும் நெருங்கி வந்து அவன் கைகளைப் பிடித்துக்கொண்டு பாராட்டினாள். அவனுக்கு அது பிடித்தது. அவனும் அவளும் நிறையப் பேசினார்கள்.

அவனோடு இருப்பது அவளுக்குப் பிடித்திருந்தது. அவனும் அவளும் நிறைய நேரம் ஒன்றாகவே செலவிட்டார்கள். அவனது நண்பர்கள் பலருக்கு அது பொறாமையளித்தது. அவள் ஒருவனைக் காதலிப்பதாக அவனிடம் சொன்னாள். அவன் வாழ்த்துச் சொன்னான். பிறகு அவர்கள் காதல் புரியத் தோதான இடங்களைத் தேர்ந்தெடுத்துத் தந்தான். மேலும் பிறகு இரு வீட்டாரிடமும் பேசி அவர்கள் திருமணம் நடக்க ஏற்பாடு செய்தான். அவள் திருமணத்தில் அனைத்து வேலைகளையும் இழுத்துப் போட்டுக்கொண்டு செய்தான். மேலும் மேலும் பிறகு அவளுக்கு தினமும் வாட்சப்பில் பொன்மொழியுடன் கூடிய குட் மார்னிங் அனுப்ப ஆரம்பித்தான்.

எப்பிட்றா என்று அவனது நண்பர்கள் கேட்டார்கள். *That's the power of second rank student* என்று அவன் சொன்னான்.

ஜென் கதை

அவளுக்கு அவனை மிகவும் பிடித்தது. பார்க்க நன்றாக இருந்தான். படித்தவனாக இருந்தான். தரமான உத்தியோகமும் தாராளமான வருமானமும் இருந்தது. தவிர வீட்டுத் தொல்லைகள், தொந்தரவுகள் இருக்காது என்று தோன்றியது. அவனது வீட்டாரும் தன்மையாகப் பழகினார்கள். பெண் பார்க்க வந்துவிட்டு அவளைப் பிடித்திருக்கிறது என்று அனைவரும் சொன்னார்கள். தனியே அவனோடு பேசியபோது தவறாக எதுவும் தோன்றவில்லை. அழகாகப் புன்னகை செய்தான். எல்லாம் சரியாக அமைந்து திருமணம் நடந்தால் மகிழ்ச்சி என்று சொல்லிவிட்டுச் சென்றான்.

திருமணத்தன்று அவளது பெற்றோர் திரும்பத் திரும்ப அவளிடம் சொல்லி மாய்ந்தார்கள். மிகவும் நல்ல குடும்பம். அத்தனைப் பேருமே நல்லவர்களாக இருக்கிறார்கள். நீ கொடுத்து வைத்தவள்.

அப்படியெல்லாம் அவள் நினைக்கவில்லை என்றாலும் அவனை மணந்துகொண்டதால் வாழ்வில் புதிதாக எந்தப் பெரிய சிக்கலும் வராது என்று உறுதியாகத் தோன்றியது. தாலி கட்டும்போது அவன் புன்னகை செய்தான். அவளும் புன்னகை செய்தாள்.

பிறகு இருவரும் ஜோடியாகப் பந்தியில் அமர்ந்து சாப்பிட்டார்கள். அவனை அவளுக்கு ஊட்டி விடச் சொன்னார்கள். அவன் ஊட்டி விட்டான். அவளை அவனுக்கு ஊட்டிவிடச் சொன்னார்கள். அவள் ஊட்டி விட்டாள். போட்டோ எடுத்தார்கள். விடியோ எடுத்தார்கள். கைதட்டினார்கள். எல்லாம் மகிழ்ச்சியாக இருந்தது.

கல்யாண சாப்பாடு நன்றாக இருந்தது. அவள் சாப்பிட்டு முடித்துவிட்டு அவன் முடிப்பதற்காகக் காத்திருந்தாள். அவனும் சாப்பிட்டு முடித்தான். இலையில் கையைக் குழித்து வைத்து ஒரு பருக்கை, சாறு மிச்சமின்றி வழித்தான். பிறகு அதை நக்கினான். நக்கும்போது வ்ஜுர்ர்ர் என்று உதடு குவித்து உறிஞ்சவும் செய்தான். இதனைத் திரும்பத் திரும்பச் செய்து இலையை முற்றிலுமாகக் கழுவி வைத்தாற்போல ஆக்கினான்.

அவளுக்கு என்னவோ போல இருந்தது. 'நக்காத. எனக்குப் பிடிக்காது' என்று சொன்னாள்.

ஒரு வருடம் கழித்து அவர்கள் விவாகரத்து செய்துகொண்டார்கள்.

புரியாதது

ஒரு நாயும் காகமும் பேசிக்கொள்ளும் என்பதை என்னால் நம்ப முடியவில்லை. அதைவிட வியப்பு, அவை இரண்டும் பேசியது எப்படி எனக்குப் புரிகிறது என்பது.

நாய்தான் முதலில் உரையாடலைத் தொடங்கியது. 'நேத்துலேருந்து சரியா சாப்பிடல. என்னமோ தெரியல. எதுவுமே கிடைக்கல.'

காகம் சிறிது வருத்தப்பட்டது. 'ஏன், யாரும் சோறு வெக்கலியா?'

'இல்ல.'

'நான் எதாவது கொண்டு வந்து தரவா?'

'ரெண்டு பிஸ்கட் இல்ல பொற இருந்தா நல்லாருக்கும். ஒரு பிடி சோறுன்னாலும் சரி.'

'ஐய... பிஸ்கட், பொறையெல்லாம் டப்பாவுல இருக்கும். நான் எங்கேருந்து எடுக்க? சோறுன்னாலும் ரெண்டு பருக்கைதான் என்னால முடியும்.'

'ஆமால்ல?'

'வட தின்றியா? பன்னீர் கடைல இந்நேரம் மசால் வடை போட்டிருப்பான்.'

'சரி.'

'இரு வரேன்' என்று சொல்லிவிட்டு அந்தக் காகம் பறந்து சென்றது. நாய் அங்கேயே படுத்துக்கொண்டது. நம்ப முடியாமல் நான் அதைப் பார்த்துக்கொண்டே இருந்தேன். இரண்டு நிமிடங்களில் காகம் ஒரு வடையைக் கொத்திக்கொண்டு வந்து நாயின் எதிரே போட்டு, 'தின்னு' என்று சொன்னது.

'ரொம்ப தேங்ஸ்.'

'பாரு. அந்த பக்கி நீ தின்றதையே பாத்துட்டிருக்கான். வயித்த நோவப் போகுது. பாதி தின்னுட்டு பாதிய வெச்சிட்டுப் போயிடு.' என்று சொல்லிவிட்டுப் பறந்து சென்றது காக்கை.

சட்னி

வளர்மதிக்குத் தலையெல்லாம் வலித்தது. நெடுநேரமாக அவளைச் சுற்றி எல்லோரும் கூடி நின்று பேசிக்கொண்டே இருந்தார்கள். கணப் பொழுது இடைவெளிகூட இல்லை. அதெப்படி முத்துராமன் அப்படி ஒரு காரியத்தைச் செய்யப் போகலாம்? வளருக்கு என்ன குறைச்சல்? கண்ணுக்கு லட்சணமான பெண். தவிர அவன் நினைப்பதற்கு முன்னால் எதையும் செய்து தருபவள். திருமணமாகி இந்த ஊருக்கு வந்த நாளாக ஊர்க்காரரர்கள் அத்தனை பேரும் பார்த்து ஆச்சரியப்படும்படியான பெண்ணாகத்தான் அவள் இருக்கிறாள்.

'ஏ பெரிசு, ஆம்பிளைங்க அசந்து போவுறதுல என்னா இருக்கு? பொட்டச்சிங்களே பாத்து பொறாமப்படுற சென்மம்யா அவ' என்று திலகவதியம்மை சொன்னாள்.

கிராமத்தில் ஒவ்வொரு புருஷனும் தன் பெண்டாட்டி வளர்மதியைப் போல இருந்தால் நன்றாக இருக்கும் என்று எண்ணாத பொழுதில்லை. இதை சில அக்காக்களே வளர்மதியிடம் சொல்லவும் செய்தார்கள்.

'என்னக்கா நீங்க. நான் அப்டியென்ன செஞ்சிட்டேன்? வாழ வெச்ச மனுசனுக்கு வடிச்சிப் போடுறது தவிர?' என்று சொல்லிவிட்டு நகர்ந்துவிடுவாள்.

எண்ணி ஆறு மாதம்தான் ஆகிறது அவள் முத்துராமனைக் கட்டிக்கொண்டு வந்து. பத்து நாள் முன்பு நடவுக்கு ஆள் பிடித்து வருகிறேன் என்று சொல்லிவிட்டு கள்ளக்குறிச்சிக்குப் போனான். மூன்றாம் நாள் சேதி வந்தது, அங்கே அவனுக்கு இன்னொருத்தியுடன் இன்னொரு கல்யாணம் ஆகிவிட்டதென்று.

'எனக்குத் தெரியும்டி. இங்க கிடைக்காத ஆளுகளா, நமக்கு செய்யாத கூலிக்காரங்களா. இவன் ஒவ்வொரு விசையும் கள்ளக்குறிச்சிக்கு ஆள் பிடிக்கப் போறேன்னு போனப்பவே சந்தேகப்பட்டேன். இப்பிடித் தலைல கொள்ளியப் போட்டானே பாவி' என்று முத்துராமனின் அம்மா தலையில் அடித்துக்கொண்டு அழுதாள்.

எல்லோரும் மணிக் கணக்கில் பேசி அங்கலாய்த்து விட்டு, 'அந்த சாமிதாம்மா ஒன்னய காப்பாத்தணும்' என்று சொல்லிவிட்டு விடைபெற்றுச் சென்றார்கள். வளர்மதி யாருக்கும் எந்த பதிலும் சொல்லாமல் அமைதியாகவே இருந்தாள். எல்லோரும் போனதும் ஒரு காப்பி போட்டுக்

குடித்துவிட்டு, 'அத்த உங்களுக்குக் காப்பி தரவா?' என்று கேட்டாள். கிழவி நொறுங்கிவிட்டிருந்தாள். 'தப்பு பண்ணிட்டனே கண்ணு. உன் கையால என் கழுத்த நெறிச்சிக் கொன்னுடேன். அநியாயமா உன் வாழ்க்கைய அழிச்சிட்டனே பாதகத்தி' என்று கதறினாள்.

அன்றிரவு பதினொரு மணிக்குமேல் முத்துராமன் வீட்டுக்கு வந்தான். வளர்மதிதான் கதவைத் திறந்தாள். ஒன்றுமே நடக்காதது போலப் புன்னகை செய்தான். வாங்கி வந்திருந்த தின்பண்டங்களை அவளிடம் கொடுத்தான். 'அம்மா தூங்கிருச்சா?' என்று கேட்டான்.

'நீங்க எதுனா சாப்ட்டிங்களா?'

'இல்லடி. கொலப்பசி பசிக்குது.'

'தோசமாவு இருக்கு. ரெண்டு நிமிசம் இருந்திங்கன்னா ஒரு சட்னி அரைச்சிடுறேன்.'

'சீக்கிரம் செய்யி.' என்று சொல்லிவிட்டு முகம் கழுவப் போனான். அவளுக்கு துக்கம் தொண்டையில் நிரம்பி வலித்தது. கொஞ்சம் தண்ணீர் குடித்துவிட்டு அடுப்பில் தோசைக் கல்லைப் போட்டாள். பிடி கடலையை அள்ளி அம்மியில் வைத்து இரண்டு பச்சை மிளகாய், ஒரு துண்டு தேங்காயுடன் ஏழெட்டு அரளி விதைகளைச் சேர்த்து அரைத்தாள்.

முத்துராமன் முகம் கழுவிவிட்டு வந்து உட்கார்ந்ததும் 'அம்மா எப்ப தூங்கிச்சி?' என்று கேட்டான்.

அவள் பதில் சொல்லவில்லை.

'ஆளுங்களுக்கு சொல்லிட்டேன். நாள கழிச்சி வந்திருவாங்க. அப்றம், சொல்ல மறந்துட்டனே.. விழுப்புரம் பஸ் ஸ்டாண்ட்ல உங்கப்பாவ பாத்தேண்டி. நீ போனடிச்சே பத்து நாளாச்சின்னாரு? பெத்தவங்க நெனப்பே வராத அளவுக்கு எம்மவள பாத்துக்குறிங்க மாப்ளன்னு கண் கலங்கிட்டாரு தெரியுமா...'

அவள், இரண்டு தோசைகளை ஒரு தட்டில் எடுத்து வந்து வைத்தாள். இட்லிப் பொடியில் எண்ணெய் ஊற்றிக் கலந்து கொண்டு வந்தாள்.

'சட்னி அரைக்கறேன்ன?'

'அது நல்லா வரல' என்று சொல்லிவிட்டு உள்ளே சென்றாள். இன்னும் இரண்டு தோசை சுட்டு எடுத்து வந்து அவனுக்குப் போட்டுவிட்டுத் தனக்கு தனியே ஒன்று சுட்டு எடுத்துக்கொண்டாள். சட்னியைப் போட்டுக்கொண்டு சமையல் கட்டிலேயே சாப்பிட உட்கார்ந்தாள்.

பழம்

இரண்டு நாள்களாக டாக்டர் வீட்டுக்கு வருகிறார். நாடி பார்த்து வைத்தியம் செய்துவிட்டுப் போகிறார். ஆனால் குணமாகவில்லை. உடல் நலக் குறைவுடன் நாள்களைக் கடத்துவது சிரமமாக இருந்தது. செய்வதற்கு நிறையப் பணிகள் இருக்கின்றன. இதென்ன சிக்கல்?

சலிப்புடன் மெல்ல நடந்து பார்க்க ஆரம்பித்தார். கால்கள் நடுங்கின. மூச்சிறைத்தது. விழுந்துவிடுவோமோ என்று தோன்றியது. சமாளித்துக்கொண்டு தோட்டம் வரை சென்றுவிட்டார். சிறிது நம்பிக்கை வந்தது. ஒரு பத்து நிமிடம் ஓய்வெடுத்துக்கொண்டு வீடு திரும்பிவிடலாம் என்று நினைத்து, மரத்தடியில் அமர்ந்தார்.

காற்று வீசியது. அலுப்பு சிறிது குறைவது போலத் தோன்றியது. நன்றாக மூச்சை இழுத்து விட்டார். இப்போது காற்று சிறிது பலமாக வீசியது. மரம்

வேகமாக அசைந்து ஒரு ஆப்பிள் அவர்மீது விழுந்தது.

சட்டென்று நியூட்டனுக்கு ஞானம் பிறந்தது. மகிழ்ச்சியுடன் பழத்தை எடுத்துச் சாப்பிட்டுவிட்டு வைத்தியருக்கு ஆள் அனுப்பி இன்று வர வேண்டாம் என்று சொன்னார்.

பறத்தல்

ஒவ்வொரு நாளும் நள்ளிரவுக்குப் பிறகு ஒரு புறா அவள் வீட்டு பால்கனி கம்பிக்குள் தன்னைத் திணித்துக்கொண்டு உள்ளே போய்விடுவதைப் பார்க்கிறேன். அது கதவின்மீது மோதி படபடவென சிறகுகளை அடித்து சத்தமெழுப்பியதும் அவள் அரைக் கணம் கதவைத் திறக்கிறாள். புறாவை அறைக்குள் விட்டுக் கதவைச் சாத்திவிடுகிறாள். பிறகு ஒரு மணி நேரம் கழித்து அவளே அதைத் தூக்கி வந்து பால்கனிக்கு வெளியே விடுகிறாள். அது போய்விடுகிறது.

இது எனக்குத் தாங்க முடியாத திகைப்பையும் அதிர்ச்சியையும் ஒருங்கே தந்தது. ஏனெனில் எந்தப் புறாவும் நள்ளிரவில் உலவி நான் கண்டதில்லை. புறாவைப் பழக்க முடியும்தான். ஆனால் அவள் ஓர் உளவாளியாக இருப்பாள் என்றோ, தினமும் அதன் காலில் கடிதம் கட்டி

அனுப்புவாள் என்றோ தோன்றவில்லை. அவளது பூர்வ ஜென்மக் காதலனாகவோ, வேறு யாராவது மறைந்த உறவினராகவோ இருக்கலாம் என்றாலும் தினமும் நள்ளிரவு சந்தித்துக்கொண்டிருந்தால் அலுத்துவிடும்.

எப்படியாவது அவளிடம் விசாரித்துவிட வேண்டும் என்று ஆர்வமாக இருந்தது.

அன்றும் அந்தப் புறா நள்ளிரவு அவள் பால்கனிக்குள் புகுந்து, அவள் கதவைத் திறந்ததும் உள்ளே போனது. நான் வேகமாக என் வீட்டை விட்டு வெளியே வந்து அவள் வீட்டு பால்கனிக்குக் கீழே நின்றுகொண்டேன். அவள் அதை வழியனுப்ப வரும்போது கேட்டுவிட முடிவு செய்தேன்.

சரியாக ஒரு மணி நேரத்துக்குப் பிறகு அவள் பால்கனிக் கதவைத் திறந்து வெளியே வந்தாள். புறா விடை கொடுத்தது. அவள் பறந்து சென்றதைக் கண்டேன்.

மன்னன்

அந்த சாசனம் கிடைத்திருக்கவே வேண்டாம் என்று நினைத்தான். வெட்டிக் கற்பனைகளுக்கு வாழ்க்கை இடம் தருவதில்லை. கணப் பொழுது தாமதித்தாலும் அடுத்த வேளை உணவு கைதவறிப் போய்விடும் அபாயம் இருக்கிறது.

ஆனால் சங்கர சேது! நீ ராஜ வம்சத்தைச் சேர்ந்தவன். உன் முன்னோர் செங்கம்பாளைய சமஸ்தானத்தை ஆண்டவர்கள். வரி வசூல் செய்து மக்களுக்குத் திருப்பிச் செய்திருக்கிறார்கள். நலிவுற்ற கோயில்களுக்கு அறப்பணி புரிந்திருக்கிறார்கள். கல்வெட்டுகள் இருக்கின்றன. கலை வளர்த்திருக்கிறார்கள். நித்திய அறக்கட்டளை அமைத்து ஏழை எளியவர்களுக்கு தினசரி அன்னதானம் வழங்கப்பட்டிருக்கிறது. பின்னாளில் வந்த தலைமுறைகள் படிப்படியாக இத்தகவல்களில் இருந்து விலகி நகர்ந்து சென்றுவிட்டது. அவரவர் பிழைப்பு. அவரவர் வாழ்க்கை.

ராஜாக்கள் இன்றில்லை. அரண்மனைகள் இடிக்கப்பட்டுவிட்டன. இது ஒரே தேசம். ஒரே பிரதம மந்திரி. நீ ஒன்று செய்யலாம். மாநில முதலமைச்சருக்கு ஒரு கடிதம் எழுதலாம். செங்கம்பாளைய சமஸ்தானத்தின் இறுதி வாரிசு. நான் இன்னும் இறக்கவில்லை. அண்ணாமலை சைக்கிள் ஸ்டாண்டில் பஞ்சர் போட்டுக்கொண்டிருக்கிறேன். தற்செயலாக அகப்பட்ட இந்த செப்பு சாசனம் ஏதேதோ சொல்கிறது என்று படிக்கத் தெரிந்தவர்கள் படித்துச் சொன்னார்கள். கருணை மிக்க முதலமைச்சர் ஏதாவது பார்த்துச் செய்தால் தேவலாம்.

தேர்தல் நெருங்கி வந்தது. இதைவிட ஒரு சரியான தருணம் கிடைக்காது என்று முதலாளி அண்ணாமலை சொன்னார். 'ஓட்டுக் கேட்டு வருவாங்க சங்கரு. அப்ப இந்த பட்டயத்த எடுத்துக் காட்டு. ஒன்னைய பத்தி சொல்லு. நானும் சொல்லுறேன். எதுனா நல்லது நடக்கும்.'

'சரிங்க முதலாளி' என்று சங்கர சேது சொன்னான். ஓட்டுக் கேட்டு வந்த ஆளுங்கட்சி வேட்பாளரை அண்ணாமலை முதலாளி கடைக்குள் அழைத்து உட்கார வைத்து, டீ சொன்னார். பிறகு சங்கரைப் பற்றிச் சொன்னார்.

'அப்டிங்களா?' என்றார் வேட்பாளர்.

அவன் தன்னிடம் இருந்த பட்டயத்தை எடுத்து வந்து வேட்டியில் துடைத்து அவருக்குப் படிக்கக் கொடுத்தான்.

'நல்ல பையன். ரொம்ப கஷ்டப்படுறான். நீங்கதான் பாத்து எதுனா செய்யணும்' என்று முதலாளி கேட்டுக்கொண்டார். மீண்டும் தனக்கு ஒரு சமஸ்தானம் கிடைத்தால் அண்ணாமலை முதலாளியைஅமைச்சராக்கிவிட வேண்டியதுதான்.

'நல்லது தம்பி. எலக்சன் முடிஞ்சதும் நாமதான் திரும்ப ஆட்சி அமைப்போம். அப்ப கோட்டைக்கு வந்திரு. சிஎம்மாண்ட பேசிருவம்' என்று சொல்லிவிட்டு வேட்பாளர் புறப்பட்டார்.

அவனுக்கு மிகவும் அதிர்ச்சியாக இருந்தது. நெடுநேரம் பிரமை பிடித்தாற்போல அமர்ந்திருந்தான். பிறகு திடீரென நினைத்துக்கொண்டு ஒரே ஓட்டமாக ஓடினான். வேட்பாளர் இரண்டு வீதிகளைக் கடந்து போய்க்கொண்டிருந்தார். மூச்சிறைக்க அவரிடம் சென்று நின்றான்.

'என்னப்பா?'

'பென்சனெல்லாம் வர்றப்ப வரட்டுங்க. இப்பம் செலவுக்கு எதுனா குடுத்திங்கன்னா நல்லாருக்கும்' என்றான்.

நான் எழுதிய செக்ஸ் கதை

'நான் ஒரு எழுத்தாளன். அந்த ஜாக்கிரதை உணர்ச்சியுடன் பேசு!' என்று கிருபாகரனிடம் சொன்னேன். உண்மையில் எனக்கு அப்போது வந்த கோபத்தில் அவனை அறைந்திருப்பேன். ரகுவுக்காகப் பொறுத்துக்கொண்டு அமைதியாக இருந்தேன். ரகு என் நண்பன். பத்திரிகைகளுக்கு வடிவமைப்பு செய்து தரும் உத்தியோகம் பார்த்துக்கொண்டிருந்தான். எல்டாம்ஸ் சாலையில் அவனுக்கு ஓர் அலுவலகம் உண்டு. அலுவலகம் என்றா சொல்ல? அவன் இருக்கும் இடம் அதுதான். வீடு, அலுவலகம், கேளிக்கை மடம் எல்லாம்தான். ஏழெட்டு சோதிடப் பத்திரிகைகள், இரண்டு மாத நாவல்கள், ஒரு அரசியல் வார இதழ் என்று அவனுக்கு எப்போதும் வேலை நிறைய இருக்கும். நான்தான் வெட்டி. பெரிய எழுத்தாளனாகிவிடும் கனவை மூன்று வேளையும் தின்றுகொண்டு அவன் அறையில் மல்லாக்கப் படுத்திருப்பேன்.

ரகுவைத் தேடி வரும் பத்திரிகை ஆசிரியர்களை அவன் எனக்கு அறிமுகப்படுத்துவான். என்னைப் பற்றி நானே கூச்சப்படும் அளவுக்கு உயர்வாகச் சொல்லி அவர்கள் பத்திரிகையில் எனக்கு எழுத வாய்ப்புக் கேட்பான். அதற்கென்ன, எழுதுங்கள் என்று சொல்லிவிட்டுப் போவார்களே தவிர, நான் எதிர்பார்த்த ஒரு நல்ல திறப்பு அப்போது எனக்கு அமையவில்லை.

அப்போதுதான் ஒருநாள் ரகுவின் அறையில் கிருபாகரனைச் சந்தித்தேன். அதற்கு முன்னால் நான் பார்த்திராத நபர். இவர் யார் என்று ரகுவிடம் கேட்டேன். ரகு பதில் சொல்லவில்லை. டிராவில் இருந்து ஒரு பத்திரிகையை எடுத்து என்மீது போட்டான். பார்த்ததுமே தெரிந்துவிட்டது. அது ஒரு பைங்கிளிப் பத்திரிகை. கவர்ச்சிப் படங்களும் கிளுகிளுப்புக் கதைகளும் நிரம்பியது.

'இதற்கெல்லாமா நீ வேலை செய்கிறாய்?' என்று வியப்புடன் கேட்டேன்.

'நான் செய்வது வெட்டி ஒட்டுகிற வேலை. பத்திரிகை எதுவானால் என்ன? தவிர, ஒரு மாதம்கூட ஏமாற்றாமல் பணம் கொடுக்கும் ஒரே பத்திரிகை இதுதான்' என்று ரகு சொன்னான். அதோடு அவன் நிறுத்திக்கொண்டிருக்கலாம். நான் ஒரு எழுத்தாளன் என்று என்னைக் கிருபாகரனுக்கு அறிமுகம் செய்து வைத்தான்.

'அப்டிங்களா? நமக்கு எதுனா எழுதுங்களேன். அட்வான்ஸா இத வெச்சிக்கங்க' என்று நான் சற்றும்

எதிர்பார்க்காதபடி உடனே ஒரு ஐம்பது ரூபாய் நோட்டை எடுத்து நீட்டினார்.

அப்போதுதான் கோபம் வந்தது. அவரையும் அவரது பத்திரிகைத் தரத்தையும் வாய்க்கு வந்தாற்போலத் திட்டித் தீர்த்துவிட்டு இதெல்லாம் ஒரு பிழைப்பா என்று சொல்லிவிட்டு எழுந்து சென்றேன். ஆனால் ஒரே ஒரு தவறு செய்துவிட்டேன். கோபத்தில் திட்டிவிட்டு எழுந்து சென்றபோது அவர் கொடுத்த ஐம்பது ரூபாயைத் திருப்பித் தர மறந்துவிட்டேன். அந்நாள்களில் ஐம்பது ரூபாய் என்பது எனக்கு இன்றைய ஐயாயிரத்துக்குச் சமம். அந்த வகையில் கணப் பொழுதில் அந்த மனிதர் என்னைப் பணக்காரராக்கிவிட்டிருந்தார்.

இரண்டு நாள் அந்தப் பணத்தைத் தொடாமல் அப்படியே வைத்திருந்தேன். பிறகு ஒரு கடங்காரன் கொடுத்த பணத்தைத் திருப்பிக் கேட்டபோது, சரி பார்த்துக்கொள்ளலாம் என்று அந்த ஐம்பது ரூபாயை மாற்றி அவனுக்குத் தரவேண்டிய பதினைந்து ரூபாயைக் கொடுத்துக் கடனை அடைத்தேன். என் சைக்கிளுக்கு பஞ்சர் ஒட்டி, ஒரு சர்வீஸ் செய்தேன். ஆசையுடன் ஒரு கேம்லின் பேனா வாங்கினேன். இன்னும் என்னென்ன செய்தேன் என்று நினைவில்லை. ஆனால் மேலும் இரு தினங்களில் அந்தப் பணம் மொத்தமாகச் செலவாகிவிட்டது.

பிறகு அதை நினைத்து வருத்தப்பட ஆரம்பித்தேன். ரகுவிடமே நிலவரத்தைச் சொல்லி என் சார்பில் கிருபாகரனுக்கு ஐம்பது ரூபாயைக்

கொடுத்துவிடும்படியும் பிறகு அவனுக்கு நான் அதைத் தந்துவிடுவதாகவும் சொன்னேன். இதை நான் சொல்லிக்கொண்டிருக்கும்போதே ரகுவின் அறைக்கு வந்த கிருபாகரன், 'அட என்ன சார் நீங்க. நமக்கு இன்னும் ரெண்டு பத்திரிகைங்க இருக்குது. தெய்வ வாக்குன்னு ஒரு ஆன்மிக பத்திரிகை. ராட்டைன்னு ஒரு அரசியல் பத்திரிகை. அதுல எழுதுங்க. இல்லனா சொல்லுங்க. மூணு மாசத்துல ஒரு இலக்கியப் பத்திரிகை ஆரம்பிக்கறதா இருக்கேன். அதுல எழுதுங்க. அம்பது ரூபாவா பெரிசு? நமக்கு ரைட்டர்தான் சார் முக்கியம்' என்று சொன்னார்.

தப்பித்தவறிக்கூட நான் ஓர் இலக்கியவாதி ஆகிவிடக்கூடாது என்று அன்றைக்குத்தான் முடிவு செய்தேன். அன்றே ஒரு கிளுகிளுப்புக் கதை எழுதி அவருக்குக் கொடுத்துக் கடனைக் கழித்தேன்.

குந்தி

இதெல்லாம் ஆண்டவனுக்கும் அடுக்காது என்று மீனாட்சி சொன்னாள். அவனுக்கு என்னவானால் என்ன? ஏதோ போனால் போகிறதென்று இன்னும் அவனை வைத்துக்கொண்டிருக்கிறது இந்த சமூகம். பயல் இப்போதெல்லாம் யாருக்கு என்ன சகாயம் செய்துவிடுகிறான் அப்படி? ஒன்றுமில்லை. ஒன்றுமேயில்லை. எல்லாம் பெருங்காயம் இருந்த பாண்டம்.

'ஆனாலும் இந்தக் காலத்தில் நான்காவது குழந்தை என்பதெல்லாம் நியாயமே இல்லை' என்று மீனாட்சி மீண்டும் சொன்னாள். இது என்ன அக்கிரமம். சிங்காரம் பிள்ளைக்கு தேக வீரியம் நன்றாக இருக்கிறது. அவனது பத்தினி ஒத்துழைக்கத் தயாராக இருக்கிறாள். இரண்டு பெட்டைப் பிள்ளைகளும் ஒரு ஆண் மகவும் அவர்களுக்கு உண்டு. இன்னொன்று பெற்றுக்கொண்டாலும் வைத்துக் காப்பாற்றும்

வக்கு இருக்கிறவன் பெற்றுக்கொள்கிறான். இதைப் போய் விமரிசிப்பானேன்?

'ஆனால் தேச விரோதமல்லவா?'

மற்றபடிக்கு நடப்பதெல்லாம் தேசநலனுக்குத்தான் என்பதில் மீனாட்சிக்கு அவ்வளவு உறுதிப்பாடு உண்டா என்று தெரியவில்லை. இருந்தாலும் சிங்காரம் பிள்ளையின் நான்காவது முயற்சி அவளை மிகவும் தொந்தரவு செய்துகொண்டிருந்தது. மூன்றும் பெண் குழந்தைகளாக இருந்தால்கூட ஒரு நியாயம் இருக்கும். அதான் கடைசியாகப் பிறந்தது பிள்ளையாக இருக்கிறதே. பிறகென்ன என்று கேட்டாள். ஜாதிக்கு இரண்டு என்ற கொள்கை சிங்காரம் பிள்ளைக்கு இருக்குமானால் உனக்கென்ன பரதேவதையே என்றேன். அவள் ஒப்புக்கொள்ளவேயில்லை.

சிங்காரம் பிள்ளையின் சம்சாரம் பிரசவத்துக்குப் போய்விட்டு மூன்று மாதங்கள் கழித்து இன்னொரு பெண் குழந்தையுடன் திரும்பினாள். சிங்காரம் அன்றைக்கு எங்கள் குடியிருப்புவாசிகள் அனைவருக்கும் இனிப்பு வழங்கி சந்தோஷப்பட்டான். மீனாட்சி இனிப்பை வாங்கிக்கொண்டு அவனிடம் சொன்னாள்: 'சிவகாமி ஆப்பரேஷன் பண்ணிக்கொண்டு விட்டாள் அல்லவா?'

'எதுக்குங்க?' என்று சிங்காரம் கேட்டான்.

'அடப்பாவி, நாலு பிள்ளையும் பத்தலையா உங்களுக்கு?'

அவன் ஒன்றும் சொல்லவில்லை. சும்மா சிரித்துவிட்டு, 'பாத்துக்கலாம்மா! என்ன இப்ப!' என்று சொல்லிவிட்டுப் போய்விட்டான். மீனாட்சிக்குத்தான் பொறுக்கவேயில்லை. கெடுபிடி வருமானம் உள்ள ஒரு எளிய காவலாளி எந்தத் துணிச்சலில் இப்படி வாழ முடிகிறது?

தோன்றுகிற போதெல்லாம் மீனாட்சி இதனைக் குறிப்பிட்டு அங்கலாய்த்துக்கொண்டிருந்தாள். இதையே அக்கம்பக்கத்து வீட்டாருடன் பேசத் தொடங்கினால் நேரம் போவதே தெரியாது. எல்லோருக்குமே வியப்புதான். மிரட்சிதான். சிங்காரம் பிள்ளையின் பெண்டாட்டிக்கு குண்டு தைரியம் ஜாஸ்தி.

காலப் போக்கில் அனைவரும் அதை மறந்து போய் அவரவர் வேலையைப் பார்க்கத் தொடங்கினார்கள். இரண்டாண்டுகளுக்குப் பிறகு சிங்காரம் பிள்ளை ஒரு வார விடுப்பு கேட்டான். பெண்டாட்டிக்குப் பிரசவம் என்று சொன்னான்.

'எப்டிடா சிங்காரம்?' இந்த முறை மீனாட்சி உண்மையிலேயே அச்சத்துடன்தான் கேட்டாள்.

'அஞ்சு பெத்தா அரசனாயிடுவேன்னு சோசியக்காரன் சொன்னாம்மா! ஆயிட்டா நல்லாத்தானே இருக்கும்!'

'அடப்பாவி. அப்டி நடக்கலேன்னா?'

'அடுத்ததுல பாத்துக்கலாம்மா' என்று சொல்லிவிட்டுப் போனான்.

கடன்

சாவுவீட்டில்இதைப்பேசச்சங்கடமாகஇருக்கிறது என்று சொல்லிவிட்டே அனைவரும் பேசினார்கள். செத்துப் போனவன் ஒவ்வொருவருக்கும் ஏதோ சிறிது கடன்பட்டிருந்தான். எதுவும் ஒளிவு மறைவல்ல. எல்லாம் எல்லோருக்கும் தெரிந்தே இருந்தது. இறந்தவனின் மனைவி அனைவருக்கும் ஒரே பதிலைத்தான் சொல்லிக்கொண்டிருந்தாள். யாரும் அச்சப்பட வேண்டாம். கடவுள் புண்ணியத்தில் இருக்கும் வீடு சொந்த வீடு. அதை விற்று அனைத்துக் கடன்களையும் அடைத்துவிடுவேன்.

அவளது பெற்றோரும் உடன் பிறந்தவர்களும் அவள் புருஷனை வாய்க்கு வந்தபடி திட்டிக்கொண்டிருந்தார்கள். செத்தும் கெடுத்தவன். அவனுக்கு நல்ல கதி கிடைக்காது. எவ்வளவு கடன். ஊரெல்லாம் கடன். அவ்வளவு பணத்தை வாங்கி அப்படி என்ன செய்தான்?

அது உங்களுக்குத் தேவையில்லாத விஷயம் என்று இறந்தவனின் மனைவி அவர்களை அடக்கினாள். துக்கம் விசாரிக்க வந்தவர்களுக்குக் காப்பி போட்டுக் கொடுத்தாள். கூடிய சீக்கிரம் பணம் வந்து சேர்ந்துவிடும் என்று கேட்காதவர்களிடமும் வலியச் சென்று சொல்லிக்கொண்டிருந்தாள்.

ஒரே வீதியில் வசிப்பவர்கள்தாம் என்றாலும் நாங்கள் நெருங்கியவர்கள் இல்லை. தெரியும். அவ்வளவுதான். தன் கணவனை அவள் எந்தளவுக்கு நேசித்திருந்தால் இப்படி சளைக்காமல் அத்தனைப் பேரையும் சமாளிப்பாள் என்று எண்ணிப் பார்த்தேன். பிரமிப்பாக இருந்தது. அவள் அழக்கூட இல்லை. அதற்கு அவளுக்கு நேரமில்லை என்று தோன்றியது.

ஒவ்வொருவராக விடைபெறாமல் விலகிப் போய்க்கொண்டிருந்தார்கள். நான் மட்டும் தயங்கி நின்றிருந்ததை அவள் கவனித்திருக்க வேண்டும். சட்டென்று என்னிடம் வந்தாள். காப்பி சாப்பிட்டீர்களா என்று கேட்டாள்.

'ஒரு நிமிடம்' என்று அவளைத் தனியே அழைத்துச் சென்றேன். பாக்கெட்டில ஆயிரம் ரூபாய் இருந்தது. அதை எடுத்து அவள் கையில் வைத்தேன்.

'சார்ட்ட ரெண்டாயிரம் வாங்கியிருந்தேன். இப்ப ஆயிரம்தான் முடிஞ்சிது. மிச்சத்த ஒரு வாரத்துல குடுத்துடறேன்.'

அந்தக் கணத்தில் அவள் அழத் தொடங்கியது மிகுந்த மகிழ்ச்சியளித்தது.

ஜிப்

அபத்தங்கள் சில சமயம் அழகாக இருக்கும். ஆனால் எல்லா சந்தர்ப்பங்களிலும் அல்ல. பாருங்கள், ஒரு பேரழகியுடன் சுமார் ஒரு மணி நேரம் எதிரெதிராக அமர்ந்து பேசியிருக்கிறேன். அந்த ஒரு மணி நேரமும் என் பேண்ட்டில் ஜிப் போடப்பட்டிருக்கவில்லை என்பதை கவனிக்கவேயில்லை. அவள் விடைபெற்று எழுந்து சென்ற பிறகுதான் பார்த்தேன். மூச்சே நின்றுவிடும் போலாகிவிட்டது. நாங்கள் பேசிய ஒரு மணி நேரத்தில் அவள் ஏழெட்டு முறை தன்னை மறந்து வாய்விட்டுச் சிரித்ததை எண்ணிப் பார்த்தேன். அந்தளவு நான் நகைச்சுவை உணர்வுடன் பேசியிருப்பேனா என்று இப்போது சந்தேகம் வந்தது. அவள் நான் ஜிப் போடாததை எண்ணிச் சிரித்திருக்கலாம். எவ்வளவு அப்பாவியாக, ஏமாளியாக இருந்திருக்கிறேன்! வெட்கமாக இருந்தது.

இரவெல்லாம் எனக்கு உறக்கமில்லை. அதே நினைவுதான். அதைக் குறித்த யோசனை

மட்டும்தான். அவளை நான் முதல் முறை சந்திக்கிறேன். முதல் சந்திப்பிலேயே சுலபமாக நெருங்க முடிந்திருக்கிறது. மனம் விட்டுப் பேசவும் வாய் விட்டுச் சிரிக்கவும் இயற்கை சில சந்தர்ப்பங்களை உருவாக்கி அளித்தது. எல்லாம் சிறப்பானவை. அருளப்பட்டவை. ஆனால் இந்த அபத்தம் நிகழ்ந்திருக்க வேண்டாம். மீண்டும் அவளைச் சந்திக்கும்போது என்னால் இன்று பழகிய இயல்புடன் பேசவும் பழகவும் முடியுமா என்று தெரியவில்லை.

நெடுநேரம் உறக்கமின்றிப் புரண்டுகொண்டிருந்தேன். தாங்கவே முடியாத கட்டம் வந்தபோது அவளுக்கு போன் செய்தேன். அவள் தூங்கிக்கொண்டுதான் இருந்திருக்கிறாள். குரலில் தெரிந்தது. என்ன இந்த நேரத்தில் என்று கேட்டாள். எனக்குச் சுற்றி வளைக்க விருப்பமில்லை.'உன்னோடு இருந்தபோது நான் பேண்ட்டில் ஜிப்பைப் போட மறந்து விட்டிருக்கிறேன். நீ அதைக் கவனித்தாயா?' என்று கேட்டேன்.

'ஓ, பார்த்தேனே. சொன்னால் சங்கடப்படுவாய் என்று சொல்லவில்லை. அப்புறம் போட்டுக் கொண்டு விட்டாய் அல்லவா?'

'ஆம்.'

'நல்லது. வேறு யாராவது பார்த்திருக்கப் போகிறார்களோ என்று சிறிது கவலைப்பட்டேன்.'

'நீ பார்த்த பார்வைக்கொரு நன்றி' என்று சொல்லிவிட்டு போனை வைத்தேன். பிறகு நிம்மதியாக உறங்கினேன்.

வைத்தமாநிதி

பேருந்தில் ஏறியதில் இருந்தே கவனித்தேன். அவனது பார்வை, அவன் ஒரு திருடனாகத்தான் இருக்க வேண்டும் என்று சொன்னது. அப்படியொரு கள்ளத்தனம். அப்படியொரு பரபரப்பு. வாகான ஒரு பர்ஸைக் கண்டுபிடிக்கும்வரை அவன் பார்வை சக்கர ஓட்டம் ஓடிக்கொண்டிருந்தது. ஒரு வழியாக அவன் அன்றைய கொள்ளைக்கான இடத்தையும் நபரையும் தேர்ந்தெடுத்துவிட்டதைப் புரிந்துகொண்டேன். இன்றைக்கு அவனை வசமாக வளைத்துப் பிடித்தே தீருவது என்று முடிவு செய்துகொண்டேன்.

அடுத்தடுத்த நிறுத்தங்களில் மக்கள் நிறைய ஏறினார்கள். வண்டி ஒரு பொதியைப் போலானது. ஒருவரை ஒருவர் இடித்துக்கொண்டும் உரசிக்கொண்டும் திட்டிக்கொண்டும் நசுங்கிக்கொண்டும் இருந்தார்கள். கள்ளன் அப்படி ஒரு சமயத்துக்குத்தான் காத்திருந்தான். யாருமே அவனைப் பொருட்படுத்த மாட்டார்கள் என்று

நிச்சயமாகத் தோன்றிய கணத்தில் சட்டென்று அவன் குறி வைத்த நபரின் பாக்கெட்டில் இருந்து பர்ஸை உருவி எடுத்துவிட்டான். அந்த தத்திக்கு அது தெரியவேயில்லை. எங்கோ பராக்குப் பார்த்துக்கொண்டிருந்தது.

நான் உரத்த குரலில் வண்டியை நிறுத்தச் சொல்ல வாயெடுத்தபோது அவன் சட்டென்று எடுத்த பர்ஸை மீண்டும் அதே நபரின் பாக்கெட்டில் வைத்ததைக் கண்டேன். இது எனக்கு வியப்பாகவும் அதிர்ச்சியாகவும் இருந்தது. ஒருவேளை வெளிப்புறத்தில் தொட்டுப் பார்க்கும்போதே உள்ளே பணம் இருக்கிறதா இல்லையா என்று தெரிந்துவிடும் போலிருக்கிறது. எப்படியோ தப்பித்துவிட்டான் என்று நினைத்துக்கொண்டேன்.

நான் இறங்கிய நிறுத்தத்தில்தான் அவனும் இறங்கினான். அடுத்தப் பேருந்துக்காகக் காத்திருக்கத் தொடங்கினான். அதற்குமேல் எனக்குப் பொறுக்கவில்லை. அவனை நெருங்கி, தோளில் தொட்டேன்.

'இன்று நீ நூலிழையில் தப்பித்தாய்.'

அவன் புன்னகை செய்தான். 'நீங்களும்!' என்று சொன்னான்.

ஒரு சித்தர் பேயான கதை

அவர் பெயர் சொரிமுத்து. வெளியே யாருக்கும் தன்னை அடையாளம் காட்டிக்கொள்ளாத ஒரு சித்தர் அவர். திருவானைக்கா ரயில்வே கேட்டை ஒட்டிய ஒரு சந்தில் சிறியதொரு குடிசையில் அவர் வசித்து வந்தார். ஊர்க்காரர்கள் சிலருக்கு அவரை ஒரு வைத்தியராகத் தெரியும். வயிற்று வலி என்று போனால் விபூதி கொடுத்து சரி செய்துவிடுவார். தூக்கமில்லை என்று சொன்னால் நெற்றிப் பொட்டில் சுண்டு விரலால் ஒரு தட்டுத் தட்டி நாளெல்லாம் தூங்க வைப்பார். நாள்பட்ட கபம், காய்ச்சல் என்னவாக இருந்தாலும் நான்கு வேப்பம்பூக்களைக் கிள்ளி ஏதோ மந்திரம் சொல்லிக் கொடுத்து மென்று விழுங்கச் சொல்வார். உடனே சரியாகிவிடும். ஒரு சமயம் பிராந்தியத்தில் ஒரு பெண் தூக்குப் போட்டுக்கொண்டு தற்கொலை செய்துகொண்டாள். இறந்த இருபத்தேழாம்

நாள் முதல் அவள் பேயாகச் சுற்றி வருவதாகப் பலபேர் சொன்னார்கள். அவளைக் காதலித்து ஏமாற்றிய ஒவ்வொருவரையாகத் தேடித் தேடிக் கொன்றுகொண்டிருந்தாள் என்று எல்லோரும் பேசினார்கள்.

சொரிமுத்துச் சித்தரிடம் சிலர் இந்த விஷயத்தைக் கொண்டு போனார்கள். ஒரு பேய். பெண் பேய். யாரை எப்போது அடித்துக் கொல்லும் என்று தெரியவில்லை. இதுவரை நான்கு உருப்படிகள் உயிரை விட்டிருக்கின்றன. இதற்கு என்ன செய்யலாம்?

சித்தர் சிரித்தார். இதற்கெல்லாம் ஒன்றும் செய்ய முடியாது என்று சொன்னார். அந்த பதிலை அவர்கள் அவ்வளவாக விரும்பவில்லை என்று தெரிந்தது. எனவே வீதியில் கிடந்த ஒரு கல்லை எடுத்து ஒரு துணியில் மூடி வைத்துக்கொண்டு ஏதோ ஜபித்தார். பிறகு அதை ஊர்க்காரர்களிடம் கொடுத்து, மயான வாசலில் கொண்டு போய்ப் புதைத்துவிடுங்கள்; அதற்கு மேல் அந்தப் பேயால் தொல்லை இருக்காது என்று சொன்னார். ஊர்க்காரர்கள் கல்லை வாங்கிக்கொண்டு போனார்களே தவிர, சித்தர் சொன்னதைச் செய்யவில்லை. ஒரு வைத்தியரிடம் போய் இதற்கெல்லாம் தீர்வு கேட்டது நம் தவறுதான் என்று தேற்றிக்கொண்டு விஷயத்தை மறந்து போனார்கள்.

சில காலம் கழித்து சொரிமுத்து சித்தர் அக்கம்பக்கத்தில் சிலரைக் கூப்பிட்டார். 'இன்று நான் உடலை விட்டுக் கிளம்பிப் போய்விடுவேன்.

எட்டு நாள் கழித்துத் திரும்பி வந்து சேருவேன். அதுவரை என் உடலைப் புதைத்துவிடாதீர்கள். அப்படியே இருக்கட்டும். நாற்றமெல்லாம் வராது' என்று சொன்னார்.

அவர்களுக்கு சித்தர் சொன்னது புரியவில்லை. ஆனால் சிறிது நேரத்தில் அவர் இறந்துவிட்டதை மட்டும் உறுதிப்படுத்திக்கொண்டார்கள். இறந்த ஒரு மனிதனின் உடலை எப்படி அப்படியே வைத்திருக்க முடியும்? அவர்கள் தமக்குள் தீவிரமாக விவாதம் செய்தார்கள். ஒரு மருத்துவரும் வந்து நாடி பிடித்துப் பார்த்துவிட்டு, சித்தர் இறந்ததை உறுதி செய்தார். வயதான கட்டை என்பதால் நெடுநேரம் வைத்திருக்க வேண்டாம் என்றும் சொல்லிவிட்டுச் சென்றார்.

எனவே அவர்கள் சித்தர் வார்த்தைக்கும் பங்கமில்லாமல் மருத்துவர் சொன்னதற்கும் முரண்படாமல் ஒரு முடிவெடுத்தார்கள். சித்தரைப் புதைக்க வேண்டாம். எரித்துவிடலாம்.

எல்லாம் முடிந்து எட்டாம் நாள் சொன்னபடி சொரிமுத்து சித்தர் திரும்ப வந்தார். தனது உடல் எரிக்கப்பட்டுவிட்டதை அறிந்து அதிர்ச்சி அடைந்தார்.

'அடேய், ஏன் இப்படிச் செய்தீர்கள்?' என்று வழியோடு போன ஊர்க்காரரர்களை நிறுத்தி அசரீரியாக ஒரு கூப்பாடு போட்டார்.

ஊர்க்காரரர்கள் பயந்து போனார்கள். 'பேய் பேய்' என்று கத்திக்கொண்டு தலை தெரிக்க ஓடினார்கள்.

'நான் பேய் அல்ல. நான் சொரிமுத்து. உங்களிடம் சொல்லிவிட்டுத்தானே தேகத்தை விட்டுச் சென்றேன்? ஏன் இப்படிச் செய்தீர்கள்?' என்று மீண்டும் எதிர்ப்பட்டவர்களை நிறுத்தி வைத்துக் கேட்டார்.

'ஐயோ பேய் பேய்' என்று மீண்டும் அவர்கள் அலறிக்கொண்டு ஓடினார்கள். மிகவும் பயந்துபோய் கூடிப் பேசினார்கள். இறுதியில் இப்போதாவது நாம் சித்தரை நம்புவோம்; அவர் சொன்னதைச் செய்வோம் என்று முடிவு செய்து, முன்பொரு நாள் அவர் மந்திரித்துக் கொடுத்த கல்லைக் கொண்டு போய் மயானத்தின் வாசலில் குழி தோண்டிப் புதைத்தார்கள்.

சொரிமுத்து சித்தருக்கு அன்று ஞானம் பிறந்தது. அடுத்தப் பிறவியில் ஒரு பேயாகப் பிறக்கலாம் என்று முடிவு செய்துகொண்டு இறந்து போனார்.

நர்த்தகி

தாட்சு பாத்திரம் துலக்கத் தொடங்கியபோது எங்கோ தொலைவில் சாவு மேளம் அடிக்க ஆரம்பித்தார்கள். நான் அவளை உற்றுக் கவனித்துக்கொண்டிருந்தேன். மேளத்தின் வேகம் கூடக்கூட அவளது கரங்கள் பாத்திரங்களை அழுத்தி அழுத்தித் துலக்கித் தள்ளிக்கொண்டிருந்தன. என் மனைவியும் இதைக் கவனித்தாள். உடனே குத்து விளக்கு, காமாட்சி விளக்குகள், மணி, கற்பூரத் தாம்பாளம் போன்ற பித்தளையால் ஆன பூஜைப் பொருள்களை எடுத்து வந்து அவளருகே வைத்துவிட்டு, 'இன்னிக்கு இதையும் கொஞ்சம் தேய்ச்சித் தந்துடுறியா?' என்று புன்னகையுடன் கேட்டாள். 'அதுக்கென்னம்மா?' என்று சொல்லிவிட்டு மறு வினாடியே அனைத்தையும் பரபரவென்று துலக்கத் தொடங்கினாள்.

அவள் முகத்தில் உலர்த்தி வைத்தாற்போன்றதொரு மகிழ்ச்சி. எங்கிருந்துதான் அப்படியொரு புத்துணர்ச்சி வந்ததோ. சாதாரணமாக ஒரு மணி நேரம் எடுக்கும் பணியை அநாயாசமாக இருபது நிமிடங்களில் முடித்து, அனைத்துப்

பாத்திரங்களையும் தண்ணீர் வடியக் கவிழ்த்து வைத்துவிட்டு, 'கிளம்பறேம்மா' என்று சொன்னாள்.

'வீட்டுக்கா?'

'இல்லம்மா. மேளச் சத்தம் கேட்டுச்சே, கவனிக்கலியா நீங்க? நவமணி தெருவுல ஆறுமுகம் ஆச்சாரி இழுத்துக்கிட்டு கெடந்தாரு. அநேகமா அவுருதான போயிருப்பாருன்னு நினைக்குறேன். நான் போறேன். இப்பம் போனா சரியா இருக்கும்.' சொல்லிவிட்டு ஓடியே போனாள்.

தாட்சுவுக்கு அது மிகவும் பிடித்தமான காரியம். எங்கே யார் இறந்ததாகத் தெரிந்தாலும் உடனே அந்த வீட்டுக்குப் போய்விடுவாள். பிணம் சுடுகாட்டுக்குப் போய்ச் சேரும் வரை உடன் செல்வது அவள் வழக்கம். தனக்கு அழுகை வராது என்று அவள் சொல்வாள். ஆனால் பிண ஊர்வலத்தின் முன்னால் குத்தாட்டம் ஆடிக்கொண்டு போகிறவர்களுடன் இணைந்து ஆட்டம் போடுவது அவளுக்குப் பிடிக்கும்.

'இருக்கப்ப எத்தன கஸ்டப்பட்டாங்களோ. போறப்ப ஆடிப்பாடி சந்தோசமா அனுப்பி வெச்சிரணும்மா. அதுதான் மனுசத்தனம்' என்பாள்.

பொதுவாக மரண ஊர்வலங்களில் பெண்கள் ஆடுவதில்லை. ஆனால் தனக்கு அது ஒரு பிரச்னையே இல்லை என்று தாட்சு சொல்வாள். 'என் பிரச்னையெல்லாம் எம்புருசந்தாம்மா. நான் ஆடுறப்ப பாத்துட்டான்னா கட்டைய தூக்கிட்டு வந்திடுவான். அடி பொளந்து எடுத்துருவான்'

'அடக்கடவுளே.'

'அவனுக்கு அது அவமானம்தானே. சரி ஒழியுது அடிச்சிக்கன்னு வாங்கிக்குவேன்.'

'அப்பவும் ஆடத்தான் செய்வ. இல்ல?'

அவள் வெட்கப்படுவாள். 'என்னம்மா செய்ய. எதையும் மாத்திக்க முடியலியே.'

சென்ற வருடம் கிருமித் தாக்குதல் அதிகரித்து ஊரடங்கு நடைமுறைக்கு வந்தபோது தாட்சு வேலைக்கு வருவது நின்றுபோனது. கிட்டத்தட்ட ஏழு மாதங்கள் அவளைப் பார்க்கவேயில்லை. பிறகு நிலவரம் சிறிது சீரான பின்பு வந்தாள்.

'எப்டி இருக்கே?' என்றபோது சுவாரசியமின்றி வெறுமனே தலையாட்டினாள். தொற்றில் சிக்கி அவள் புருஷன் இறந்துபோன விவரம் அப்போதுதான் எங்களுக்குத் தெரிய வந்தது. உண்மையில் மிகவும் அதிர்ச்சியாகவும் வருத்தமாகவும் இருந்தது. அவளுக்கு நிறைய ஆறுதல் சொல்லி, மேற்கொண்டு என்ன சொல்வதென்று தெரியாமல் திகைத்து நின்றோம்.

'விதி அப்பிடி இருந்தா என்ன செய்ய முடியும்? போவணும்னு இருந்திருக்கு. போயிட்டான்.'

ஆனால் புருஷன் பார்த்தால் அடிப்பான் என்ற அச்சமின்றி வெறி கொண்டு ஆடித் தீர்த்த சாவு வாழ்க்கையிலேயே அது ஒன்றுதான் என்று சொன்னாள்.

புத்தக விமரிசனம்

என் அப்பாவின் புத்தகச் சேகரிப்பை ஒரு நாள் குடைந்துகொண்டிருந்தபோது பழைய தாது வருஷத்துப் பஞ்சாங்கம் ஒன்றும் அதனுள் புராதனமான கொக்கோக சாஸ்திர நூல் ஒன்றும் இருந்ததைக் கண்டேன். பதிப்பைப் பார்த்தால் *1934* என்று இருந்தது. முக்கால் வீதம் செல்லரித்து, பழுப்பேறி, உருச்சிதைந்திருந்தாலும் அந்த இயலுக்கே உரிய கவன ஈர்ப்பு சிறிது இருந்தது. யாரோ சிரமம் எடுத்துக்கொண்டு கையால் கோட்டோவியம் வரைந்து ப்ளாக் எடுத்துச் சேர்த்திருந்த பதிப்பு.

அப்பா ஆரோக்கியமான மனிதர்தான். ஆனால் உற்சாகமான மனிதர் என்று சொல்லத் தோன்றவில்லை. அவர் வாழ்வில் இப்படிப்பட்ட ரசனைகளுக்குப் பெரிய இடம் இருந்திருக்க வாய்ப்பில்லை. பல்லாண்டுக் காலம் கஷ்டம் மட்டுமே பட்ட பெரிய ஏழைக் குடும்பத்தில் பிறந்து, நான்கு தங்கைகளுக்குத் திருமணம்

செய்து வைத்த பின்னர் மிகவும் தாமதமாகத்தான் அவர் என் அம்மாவை மணந்துகொண்டார். அந்தப் போர்க் காலத்தில் அவர் சிரிப்பதைக்கூட மறந்துவிட்டிருந்தார். ஆனாலும் நேரம் ஒதுக்கி கொக்கோக சாஸ்திரம் படித்திருக்கிறார்.

நான் அந்தப் புத்தகத்தை மேற்கொண்டு கிழிந்துவிடாமல் தூசு தட்டி எடுத்துச் சென்று அவரிடம் காட்டி, 'இதை நினைவிருக்கிறதா?' என்று கேட்டேன். படுத்த படுக்கையாகக் கிடந்தவர், சில வினாடிகள் அந்தப் புத்தகத்தை உற்றுப் பார்த்தார். பிறகு தொட்டுப் பார்த்தார். என்னிடம் இருந்து அதை வாங்கி முகர்ந்து பார்த்தார். அதன்பின் என்னைப் பார்த்துப் புன்னகை செய்தார்.

'உன் பொண்டாட்டிகிட்ட காட்டிடாத. கிண்டல் பண்ணுவா' என்று சொன்னார்.

'சேச்சே. அதெல்லாம் மாட்டேன். எப்டி இவ்ள நாள் பத்திரமா வெச்சிருந்த?'

'பஞ்சாங்கத்துக்குள்ளதான இருந்தது?'

'ஆமா.'

'நினைவிருக்கு. அதுலதான் வெச்சேன்.'

'எத்தன வருஷம் முன்ன?'

'உனக்கென்ன வயசு இப்பொ?'

'முப்பத்தஞ்சு.'

'அதோட இருவத்தி மூணு கூட்டிக்கோ.'

ஐம்பத்தெட்டு வருடங்களாக ஒளித்து வைக்கப்பட்ட ஒரு புத்தகம். பரவாயில்லை. அப்பாவுக்கும் துயரங்களுக்கு அப்பால் எண்ணிப் பார்க்க ஏதோ சில இருக்கிறது.

'நான் இன்னிக்கு இதைப் படிக்கப் போறேன்' என்று சொன்னேன்.

அவர் சிறிது நேரம் அமைதியாக இருந்தார். பிறகு சொன்னார். 'படி. ஆனா ஃபாலோ பண்ணாத.'

'அப்டின்னா?'

'எனக்குக் கல்யாணமாகி நீ பொறக்கப் பன்னெண்டு வருஷம் ஆனதுக்கே இதுதான் காரணம். சன்னியாசிப் பய எழுதினது பாரு. எல்லாம் கப்சா' என்று சொன்னார்.

இரண்டு டாலர் நோட்டு

என்னிடம் ஒரு சிங்கப்பூர் டாலர் இருந்தது. அந்த ஊர் பண மதிப்பின்படி இரண்டு ரூபாய் நோட்டு. அதை இந்தியப் பணமாக்க வேண்டும் என்றோ, அந்நிய தேசத்துப் பணத்தை ஒரு நினைவாகப் பாதுகாக்க வேண்டுமென்றோ நான் நினைத்ததில்லை. என்னிடம் அது இருந்தது. அவ்வளவுதான். பக்கத்து வீட்டுக்காரர் பல வருடங்களுக்கு முன்னர் சிங்கப்பூர் சென்று வந்தார். அவர் கொடுத்தது. அப்போது எனக்குப் பதினான்கு வயது. ஏதோ ஒரு புத்தகத்தில் அதை வைத்தேன். ஒரு சில நண்பர்களுக்குக் காட்டிய நினைவிருக்கிறது. பிறகு அதை மறந்துவிட்டேன்.

இருபது வருடங்களுக்குப் பிறகு அந்த சிங்கப்பூர் ரூபாய் திரும்பக் கண்ணில் படும் என்று நான் நினைக்கவில்லை. பழைய நோட்டு என்பதால் பழுப்பேறிவிட்டிருந்தது. ஆனாலும் சிங்கப்பூர் நோட்டு. அதைக் கண்டதும் உடனே அந்தப்

பக்கத்து வீட்டுக்காரரிடம் எடுத்துச் சென்று காட்ட வேண்டும் என்று தோன்றியது. கொடுத்தபோது அவருக்கு முப்பத்தைந்து வயது இருக்கலாம். இப்போது அவர் மகளுக்குத் திருமணமாகி ஒரு பேத்தி இருக்கிறாள். சிறு வயதில் என்னைத் தம்பி என்று அழைத்துக்கொண்டிருந்தவர் இப்போது பார்க்கும்போது என்ன சார் என்று உரையாடலைத் தொடங்குவார். இருபது வருடங்கள் என்பது சிறிய காலப் பரப்பல்ல. எல்லாமே கண்ணுக்குத் தெரியாமல் மாறிவிடுகிறது. இந்த இரண்டு டாலர் நோட்டுக்குக் கூட இன்றைக்கு அங்கே மதிப்பு இருக்குமோ இல்லையோ தெரியாது.

நான் அந்தப் பணத்தை எடுத்துக்கொண்டு அவர் வீட்டுக்குச் சென்றேன். அழைப்பு மணியை அழுத்தியபோது அவர்தான் வந்து கதவைத் திறந்தார். 'வாங்க சார்' என்று சொன்னார். அவருக்கு ஒரு புதையலைக் காட்டும் ஆர்வத்துடன் பாக்கெட்டில் இருந்து அந்தப் பணத்தை எடுத்துக் காட்டி, 'இதை நினைவிருக்கிறதா?' என்று கேட்டேன். அவர் மிகவும் சந்தோஷப்பட்டார். சிங்கப்பூரில் அன்று அவருக்கு ஒரு வேலை கிடைத்துவிடும் என்று மிகுந்த நம்பிக்கையும் எதிர்பார்ப்புமாக இருந்ததை நினைவுகூர்ந்தார். துரதிருஷ்டவசமாக அது நடக்கவில்லை. பிறகு பலமுறை அங்கே வேலைக்கு முயற்சி செய்தும் கைகூடவில்லை என்று சொன்னார். 'நமக்கு விதிச்சது இங்கதான் சார்' என்று சிரித்தார்.

அவர் பணி ஓய்வு பெற்றவர். சொந்த வீடு. பிடுங்கல் இல்லாத வாழ்க்கை. ஒரே கடமையாக இருந்த

மகளுக்கும் திருமணமாகிவிட்டது. எல்லாம் முக்கால்வாசி கடந்தாகிவிட்டது. என்ன ஒன்று சிங்கப்பூர் ஒரு தீராக் கனவாக அவர் மனத்தில் தங்கிவிட்டிருக்கும்.

அவரது மனைவி எனக்குக் காப்பி கொண்டு வந்து கொடுத்தார். 'பார்த்தியா? இருவது வருஷம் முன்ன சிங்கப்பூர் போயிருந்தேனே.. அப்ப கொண்டு வந்த அந்த ஊர்க் காசு. இவருக்கு இதைக் கொடுத்ததே எனக்கு ஞாபகமில்லை. இவர் இன்னும் பத்திரமா வெச்சிருக்கார்.'

'அப்டியா?' என்று அவர் மனைவி அந்த நோட்டை ஆர்வமுடன் வாங்கிப் பார்த்தார். 'குடுத்துட்டுப் போங்க. பேத்திட்ட குடுத்தா ஆசையா வெச்சிக்கிட்டு விளையாடும்' என்று சொன்னார்.

நான்சிரித்தபடிதலையசைத்துவிட்டுத்திரும்பினேன். எனக்கென்னவோ அவர் தன் பேத்திக்காக அதைக் கேட்கவில்லை என்று தோன்றியது.

ஒரு மழைக் காலம்

இந்தச் சம்பவம் நடந்து நாற்பது வருடங்கள் ஆகின்றன. எனக்கு மறக்கவில்லை. மறக்க வாய்ப்பில்லை. அன்றைக்குச் சென்னையில் நல்ல மழை. சைதாப்பேட்டைவாசிகள் எப்படியும் ஆற்றில் வெள்ளம் வந்துவிடும் என்று பேசிக்கொண்டிருந்தார்கள். ஆற்றங்கரையோரம் குடியிருப்பவர்கள் எல்லோரும் கவலையுடன் குடை பிடித்துக்கொண்டு கரையோரம் நின்று தண்ணீரையே பார்த்துக்கொண்டிருந்தார்கள். என் கடைசி சித்திக்கு அன்றைக்குத்தான் திருமணம். மழையைக் காரணம் சொல்லி ரத்து செய்ய வாய்ப்பில்லை. நடப்பது நடக்கட்டும் என்று நாங்கள் எல்லோரும் மண்டபத்துக்குப் போய்விட்டோம்.

சடங்கு சம்பிரதாயங்களை முடிந்தவரை செய்தால் போதும்; முகூர்த்தம் முடிந்ததும் எவ்வளவு சீக்கிரம் முடியுமோ, அவ்வளவு சீக்கிரம் மண்டபத்தைக் காலி செய்துகொண்டு போய்விடலாம் என்று மாப்பிள்ளை வீட்டார் சொன்னார்கள்.

மகிழ்ச்சியுடன் நடத்த வேண்டிய திருமணத்தைப் பதற்றத்துடன் நடத்த ஆயத்தமானார்கள்.

முதல் நாள் இரவு மாப்பிள்ளை அழைப்பு ரத்தானது. மண்டபத்துக்குள்ளேயே மண மக்களை நாற்காலி போட்டு அமர வைத்து ஆளாளுக்கு ஏதேதோ பாடிக்கொண்டிருந்தார்கள். மின்சாரம் நின்று போய், ஜெனரேட்டர் இயங்காமல் நெடு நேரம் இருளில் இருக்க வேண்டியிருந்தது. மறுநாள் காலை முகூர்த்தம் ஏழு மணிக்கு. நான்கு மணிக்கு ராஜு மாமா என்னை எழுப்பினார். இன்னும் பால் வரவில்லை; காப்பிக்குக் கஷ்டமாகிவிடும் என்று சொன்னார்.

'ரசாக் மார்க்கெட்டுக்குப் பின்னாடிதான் முருகையக் கோனார் வீடு. டார்ச் எடுத்துண்டு ஒரு நடை போய் பார்த்துட்டு வந்திடு.'

நான் ரசாக் மார்க்கெட்டின் பின்புறம் சென்றடைந்தபோது மழை மிகுந்த சீற்றத்துடன் பெய்யத் தொடங்கியது. சாலையில் நடக்கவே அச்சமாக இருந்தது. ஒருவாறு சமாளித்துக்கொண்டுதான் நடந்தேன். தேசிகர் சந்து திருப்பத்தில் சுத்தமாக வெளிச்சம் இல்லை. இருளில் எதிரே என்ன உள்ளது என்பதுகூடத் தெரியவில்லை. குத்து மதிப்பாகத்தான் நடந்தேன். திடீரென்று காலடியில் ஏதோ தடுக்கியது. கணப் பொழுது என்னை மறந்து அலறிவிட்டேன். ஓர் எருமை படுத்துக் கிடந்தாற்போலத்தான் முதலில் நினைத்தேன். பிறகு குனிந்து டார்ச் அடித்துப் பார்த்தபோதுதான் அது ஒரு நபர் என்று தெரிந்தது. மிகவும் அதிர்ச்சியாக இருந்தது.

'யாரு? யாரு?' என்று கேட்டபடி அந்த முகத்தில் டார்ச்சை அடித்துப் பார்த்தேன். எனக்குத் தெரிந்துவிட்டது. அது முருகையக் கோனார்தான். யாரோ அவரைக் குத்திப் போட்டுவிட்டுப் போயிருக்கிறார்கள். என்ன பகையோ, யாரோடு பகையோ. இன்றைக்கு அவர் இப்படி இறந்திருக்கக்கூடாது என்று நினைத்தேன். தாங்க முடியாத அச்சமும் பதற்றமும் பிடித்துக்கொள்ள, கொட்டும் மழையில் குடை காற்றில் பறந்ததுகூடத் தெரியாமல் தலை தெறிக்க ஓடினேன்.

எப்படி மண்டபத்துக்குச் சென்று சேர்ந்தேன் என்று நினைவில்லை. பேயடித்தாற் போலத்தான் இருந்தேன். இந்தக் கல்யாணம் நடந்து முடிந்தாலுமேகூட எல்லோருடைய மனத்திலும் நிரந்தரமாக ஒரு நிழல் விழுந்துவிடும் என்று தோன்றியது. சித்தி பாவம்தான். அவள் நன்றாக இருக்க வேண்டும் என்று எண்ணிக்கொண்டேன்.

மாமாவிடம் என்ன சொல்வது என்று யோசித்தபடி நான் உள்ளே போனபோது அவர் எதிரே வந்தார். 'கோனார் வந்துட்டுப் போயிட்டாருடா. பாவம் நீதான் வீணா மழைல அலைஞ்சிட்டு வந்திருக்க. போய் டிரெஸ்ஸ மாத்து முதல்ல. உள்ள காப்பி ரெடியாயிண்டிருக்கு. சூடா ஒரு தம்ளர் குடிச்சிட்டுப் போ' என்று சொன்னார்.

'இருக்கட்டும் மாமா' என்று சொல்லிவிட்டு அவசரமாக அறையை நோக்கிச் சென்றேன். காப்பி குடித்தால் அழுதுவிடுவேன் என்று தோன்றியது.

ராணுவ வீரன்

வீட்டை விட்டு ஓடிப் போய் ஒரு மாதம் கழித்து, மிலிட்டரியில் சேர்ந்துவிட்டதாகக் கடிதம் போட்டிருந்தான். பிள்ளையைக் காணோம் என்று கவலைப்பட்டுக்கொண்டிருந்த குடும்பத்தினர் ஒருவாறு மனத்தைத் தேற்றிக்கொண்டு அதன்பின் நிம்மதியாக வாழ ஆரம்பித்தார்கள். பார்க்கிறவர்களிடமெல்லாம் 'எம்புள்ள ராணுவத்துல இருக்கான், தெரியுமா?' என்று பெருமையாகச் சொல்லத் தொடங்கினார்கள். காலப்போக்கில் மகன் ராணுவத்தில் இருக்கிற பெருமை அவர்களுக்குப் பிடிபடாத அளவுக்குப் போனது. அவனிடம் இருந்து எப்போதாவது ஒரு கடிதம் மட்டும் வரும். மற்றபடி வேறெந்தத் தொடர்பும் கிடையாது. சரி, எல்லையில் அவனுக்கு எவ்வளவு வேலை இருக்குமோ, என்ன கஷ்டம் இருக்குமோ, இந்த மட்டில் கடிதமாவது போடுகிறானே என்று எண்ணிக்கொண்டு இருந்துவிடுவார்கள்.

அவன் ஊர் திரும்பி, வீட்டுக்குப் போவதற்கு முன்னமே இந்த விவரமெல்லாம் அவனுக்குத் தெரிந்துபோனது. 'டேய், நீ நம்ம பேச்சியப்பன் புள்ளதான? ராணுவத்துல இருக்கியாமேடா!' என்று தொடங்கி வழி முழுதும் ஊர்க்காரர்கள் பேசியதில், ஊரில் இல்லாத வருடங்களில் வீடு என்னவாக இருந்திருக்கிறது என்பது அவனுக்கு ஒருவாறு புரிந்தது. சிறிது வருத்தப்பட்டான். உண்மையில் அவன் ராணுவத்தில் சேரவேயில்லை. கால் போன போக்கில் எங்கெங்கோ அலைந்து திரிந்து, சோற்றுக்காக லுதியானாவில் ஒரு சாப்பாட்டுக் கடையில் வேலைக்குச் சேர்ந்தான். பத்தாண்டுகளில் நூற்றுக்கும் மேற்பட்ட கடைகளில் எடுபிடியாகவே வேலை பார்த்துத்தான் பிழைத்திருந்தான். ராஜஸ்தான், பஞ்சாப், ஹரியானா மாகாணங்கள் முழுதும் சுற்றித் திரிந்துவிட்டதில் இந்தி நன்கு தெரிந்திருந்தது. பேச்சில் அடிக்கடி அவன் அச்சா, அச்சா என்று சேர்த்துக்கொண்டதை வைத்து ஊர்க்காரர்கள் அவன் மிலிட்டரியில் இருந்துதான் வருகிறான் என்று உறுதியாக நம்பினார்கள்.

வீட்டில் அவனது தாயும் தந்தையும் அவன் வந்தது பற்றி மிகுந்த மகிழ்ச்சியடைந்தார்கள். ஒரே பிள்ளை பன்னிரண்டாம் வகுப்புப் பரீட்சை எழுதிவிட்டு முடிவு வருவதற்கு முன்பே வீட்டை விட்டு ஓடிப் போனதில் மனம் நைந்து இருந்தார்கள். அவன் திரும்பி வந்தது மட்டுமல்லாமல், இனி வீட்டில்தான் நிரந்தரமாக இருக்கப் போவதாகச் சொன்னதும் அவர்களுக்கு மகிழ்ச்சி பிடிபடவில்லை. தினசரி கோழி அடித்துக்

குழம்பு வைத்துக் கொண்டாடினார்கள். குல தெய்வத்துக்குப் பொங்கல் வைத்துப் படையல் போட்டார்கள். உறவுக்காரர்களுக்கெல்லாம் தகவல் சொல்லி அனுப்பித் தங்கள் பிள்ளையை வந்து பார்த்துப் போகச் சொன்னார்கள்.

நாலைந்து பேர் அப்படி வந்து பார்த்துவிட்டுப் போன பிறகு சின்னாளப்பட்டில் இருந்து கருப்பையா சித்தப்பா வீட்டுக்கு வந்தார். 'சந்தோசம்டா மகனே. மிலிட்டரி சர்வீசெல்லாம் எல்லாருக்கும் கிடைச்சிராது. அதுசெரி, பத்து வருசம் சோலி பாத்திருக்கியே, எம்புட்டு சம்பாதிச்ச?' என்று கேட்டார்.

அந்த ப்ளஸ் டூ பரீட்சையில் தான் தேறினோமா இல்லையா என்று தெரிந்துகொள்ள என்ன வழி என்று யோசித்துக்கொண்டிருந்தவன், திரும்பவும் லுதியானாவுக்குப் போய்விட முடிவு செய்து, ராணுவ ஆபீசரிடம் இருந்து வருவது போலத் தனக்குத்தானே ஒரு கடிதம் எழுத ஆரம்பித்தான்.

களப் பலி

தோட்டத்து வீட்டில் தான் தங்க வைத்திருக்கும் நபர் ஒரு தீவிரவாதியாக இருக்கலாம் என்று தோன்றியபோது சுருளி சாமிக்கு மிகவும் பதற்றமானது. மெல்ல மெல்ல தைரியத்தை வரவழைத்துக்கொண்டு, 'ஐயா உண்மைல நீங்க யாரு?' என்று கேட்டான்.

'யாரா இருக்கலாம்னு நினைக்கற?' என்று அவர் பதிலுக்கு சிரித்துக்கொண்டே கேட்டார்.

'தெரியலிங்க. ஆனா இப்ப நீங்க தொறக்கறப்ப, உங்க பொட்டில ஒரு துப்பாக்கி இருந்தத பாத்தேங்க. அதான் கொஞ்சம் பயமாயிருச்சி.'

அவர் சிறிது நேரம் அமைதியாக இருந்தார். பிறகு, 'நீங்க எனக்குத் தங்க இடம் குடுத்திருக்கிங்க. உங்ககிட்ட பொய் சொல்லமாட்டேன்' என்று சொல்லிவிட்டு, 'என்னை போலிஸ் தேடுது. ஒரு வாரம் இங்கயே இருந்துட்டேன்னா போதும்.

அதுக்குள்ள நிலவரம் சரியாயிடும்' என்று சொன்னார்.

'கொலகில செஞ்சிட்டிங்களா? ஆனா உங்கள பாத்தா அப்டி தெரியலிங்களே.'

அவர் இப்போதும் சிரித்தார். பிறகு, தான் சார்ந்திருக்கும் இயக்கத்தைப் பற்றியும் அதன் செயல்பாடுகளைப் பற்றியும் விரிவாக எடுத்துச் சொன்னார். அவரது பேச்சு சுருளி சாமிக்கு அவர் மீது மிகுந்த மரியாதையைத் தந்தது. ஏனெனில் அவர் நாகரிகமாகப் பேசினார். தவிர, எப்போதும் நிதானமாக இருந்தார். மக்களுக்கு இந்த அரசாங்கம் துரோகம் செய்கிறது என்று சொன்னபோது அவர் கண்களில் ஆவேசம் மின்னியதை சுருளி சாமி பார்த்தான். 'ரத்தம் குடிக்கிற ராச்சியம் நடக்குதுங்க. அப்பாவி சனங்கள அநியாயத்துக்கு ஏய்க்கறங்க' என்று அவர் சொன்னார்.

விவசாயியான சுருளி சாமிக்கு அவர் சொன்னது எதுவும் புரியவில்லை. 'ஐயா இங்க நீங்க தப்புத்தண்டா எதும் செஞ்சிர மாட்டிங்களே.'

'எது தப்பு? கொல்லி மேட்ல போலிசுக்காரங்க பதினொரு அப்பாவிங்கள சுட்டுக் கொன்னுட்டு அத்தன பேரும் தப்பிக்கப் பாத்த கைதிங்கன்னு சொல்லிட்டாங்க. அவங்க சுட்டா சரி, சுட்டவன நான் சுட்டா தப்பா?'

அப்போதுதான் சுருளி சாமிக்கு என்ன விவகாரம் என்று லேசாகப் புரிந்தது. ஏழெட்டு நாள்களுக்கு முன்னர் செய்தியில் சொன்னார்கள். கொல்லி

மேடு துப்பாக்கிச் சூடு பற்றி. அவனது கிராமத்தில் இருந்து முப்பது கிலோ மீட்டர் தொலைவில் உள்ள மலைக் கிராமம் அது. சரிதான். ஐயா ஒரு போலிஸ்காரரைச் சுட்டுக் கொன்றுவிட்டு வந்து ஒளிந்துகொண்டிருக்கிறார்.

சுருளி சாமிக்கு நம்பவே முடியவில்லை. அவருக்கு எப்படியும் அறுபது மேல் வயது இருக்கும். அந்த வயதில் அப்படி ஒரு ஆவேசம் ஆச்சரியம்தான் என்று நினைத்தான். 'சரிங்க நீங்க இருங்க. நான் போய் சோறு கொண்டாந்திடுறேன்' என்று சொன்னான்.

'போலிசுக்கு சொல்லிடுவிங்களா?'

சுருளி சாமி திடுக்கிட்டுத் திரும்பிப் பார்த்தான். அவர் சிரித்தபடியேதான் கேட்டார்.

'இல்லிங்க.'

'ரொம்ப நன்றி' என்று கைகூப்பினார். சில வினாடிகள் அமைதியாக இருந்துவிட்டு, 'மாட்டிக்கிட்டு சாகணும்னு இருந்தாலும் செத்துத்தான் தீரணும். ஏன்னா யுத்தத்துல களப்பலி விழாம இருக்காது' என்று சொன்னார்.

நான்கைந்து நாள் சுருளி சாமி அவருக்கு சாப்பாடு கொடுத்துப் பசியாற்றினான். அவன் மனைவிக்கு விஷயம் தெரிந்து, தோட்டத்து வீட்டில் இருப்பது யார் என்று ஒருநாள் கேட்டாள்.

'யாரோ பெரிய மனுசன். ரெண்டு நாள்ள போயிருவாரு' என்று சொன்னான்.

'ஒண்ணுஞ் செரியில்ல. முன்னப்பின்ன தெரியாதவங்களோட ஒனக்கென்ன பளக்கம்?' என்று அவள் கேட்டதற்கு பதில் சொல்ல முடியவில்லை. தான் செய்வது தவறுதான் என்று அவனுக்குத் தோன்றியது. ஆனாலும் அவரைக் காட்டிக்கொடுக்க மனம் இடம் தரவில்லை. இப்படியே அவர் கிளம்பிச் சென்றுவிட்டால் நன்றாக இருக்கும் என்று நினைத்தான்.

அன்று மாலை அவரிடம் இதைச் சொல்லி, 'என் சம்சாரம் சந்தேகப்பட ஆரமிச்சிட்டாங்க' என்று சொன்னான்.

'விடியறப்பஇருக்கமாட்டேன்.கவலைப்படாதிங்க' என்று சொல்லி அவனை அவர் அனுப்பி வைத்தார்.

சொன்னது போலவே மறுநாள் காலை சுருளி சாமி தோட்டத்து வீட்டுக்கு வந்தபோது அவர் இல்லை. இருந்த சுவடும் இல்லை. அவனுக்குத் திருப்தியாக இருந்தது. அவர் மீது இன்னும் அதிக மரியாதை ஏற்பட்டது. படித்தவர்களுக்கு ஏதாவது ஒரு நியாயம் எல்லாவற்றுக்கும் இருக்கும் என்று எண்ணிக்கொண்டான்.

அடுத்தநான்கைந்துநாள்களில்அவர்போலிசாரிடம் சிக்கிவிட்டதாகச் செய்தியில் சொன்னார்கள். கொடூரமானஇருட்டுஅறைச்சித்திரவதைகளுக்குப் பிறகு அவர் அனைத்து உண்மைகளையும் போலிசில் சொல்லிவிட்டதாகவும் பேசிக் கொண்டார்கள். அன்றே அவன் ஊருக்கு போலிஸ் ஜீப் ஒன்று வந்தது. சுருளி சாமியின்

தோட்டம் எங்கே இருக்கிறது என்று அவர்கள் விசாரிப்பதாக ஒரு பையன் ஓடி வந்து சொன்னான். அவனுக்கு பயம் பிடித்துக்கொண்டது. வீட்டுக்குப் போய் மனைவியை அழைத்துக்கொண்டு உடனே போடியில் இருக்கும் கொழுந்தியாள் வீட்டுக்குச் சென்றுவிட வேண்டும் என்று முடிவு செய்துகொண்டான்.

கண்மண் தெரியாத வேகத்தில் அவன் வீட்டை நோக்கி ஓடத் தொடங்கியபோது போலிசார் அவனைப் பார்த்துவிட்டார்கள். சந்தேகத்தின் பேரில்தான் நிற்கச் சொல்லிக் குரல் கொடுத்தார்கள். அவன் நிற்காமல் ஓடியதால் சுட்டார்கள்.

ஒன்றிரண்டு வருடங்களுக்குப் பிறகு அவர் விடுதலையாகி வெளியே வந்ததும் சுருளி சாமி புகைப்படத்துக்கு மாலை அணிவித்து ஒரு சிற்றுரை ஆற்றினார். 'தோழர் சுருளி சாமி போன்ற தியாகிகளின் ரத்தம் இந்த மண்ணில் ஓடுகிறது. அதனால்தான் பயிர் பச்சைகள் இன்னும் தழைக்கின்றன...'

மணம்

சமீபத்தில் நாளிதழில் ஒரு செய்தி படித்தேன். ஓட்டலில் சாப்பிட்ட மசால் தோசையில் மூக்குப் பொடி வாசம் வீசியதாகக் கோபப்பட்ட வாடிக்கையாளர் ஒருவர், ஓட்டல் முதலாளியை செருப்பால் அடித்தார். இதுதான் அந்தச் செய்தி. இதைப் படித்த கணத்தில் எனக்கு அந்த வாடிக்கையாளர் மீது பரிதாபம் ஏற்பட்டது. அவர் அந்த முதலாளியை செருப்பால் அடிக்கவில்லை. ஒரு வரலாற்றின் மீது வன்முறையைப் பிரயோகித்துவிட்டார் என்று தோன்றியது.

இதனைச் சிறிது விளக்குகிறேன். மசால் தோசை எப்போது கண்டுபிடிக்கப்பட்டது என்று எனக்குத் தெரியாது. ஆனால் அது சைதாப்பேட்டைக்குள் நுழைந்த ஆண்டு *1977*. சுப்பிரமணிய சாமி கோயில் தெருவில் அன்று இருந்த ஸ்ரீமங்கள நிவாசம் என்னும் சிறியதொரு உணவகத்தின் முதலாளி, மைசூருக்கு ஒரு சுற்றுப் பயணம் போய்விட்டு

வந்த பின்பு தனது கடையில் மசால் தோசையை அறிமுகப்படுத்தினார். அறிமுக விலை 80 காசுகள்.

அன்றைய பண மதிப்பின்படி ஒரு தோசை எண்பது காசு என்பது பெரும் தொகை. இதென்ன பகல் கொள்ளையா இருக்கே என்று பிராந்தியத்தில் வசித்து வந்த மொட்டைப் பாட்டிகள் உணவகத்தின் வாசலில் வைக்கப்பட்டிருந்த கரும்பலகையைப் படித்துவிட்டு அங்கலாய்த்தபடி போவார்கள். ஓட்டலுக்கு சாப்பிடச் செல்பவர்கள்கூட மசால் தோசையைப் பற்றி சில சந்தேகங்களைக் கேட்டுவிட்டு, அதன் மணத்தை சிலாகித்துவிட்டுப் பிறகு வழக்கம்போல இரண்டு இட்லி சாப்பிட்டுவிட்டு வந்துவிடுவார்கள்.

சிலர் இருந்தார்கள். விலையைப் பொருட்படுத்தாத மசால் தோசை ரசிகர்கள். ஆஞ்சநேயர் கோயில் தெருவில் வசித்து வந்த வி.ஜி. பன்னீர்தாஸ் சகோதரர்கள் வீட்டில் இருந்து தினசரி மாலை ஆறு முப்பதுக்கு கார் வரும். டிரைவர் இறங்கி மங்கள நிவாசம் ஓட்டலுக்குள் சென்று ஆறு மசால் தோசைகள் பார்சல் வாங்கிக்கொண்டு போவார். சைதாப்பேட்டையே திரண்டு நின்று அதை வேடிக்கை பார்க்கும். கணபதி தேசிய நடுநிலைப் பள்ளிக்கு அருகே தேசிகன் என்றொரு சங்கீத வித்வான் வசித்து வந்தார். அவர் வாரம் ஒருமுறை மங்கள நிவாசத்துக்கு வந்து ஊருக்கே கேட்கும்படியாக 'ஒரு மசாலா தோசை' என்று ஆர்டர் செய்வார். ஜெமினி ஸ்டுடியோவில் சவுண்ட் இஞ்சினியராகப் பணியாற்றிக்கொண்டிருந்த வினாயக மூர்த்தி எப்போதாவது சில

நண்பர்களுடன் அங்கே சாப்பிட வருவார். அவரும் மசாலா தோசையை விரும்பிச் சாப்பிடுவார்.

ஆனால், ருசிகரமானதொரு பலகாரம் ஏன் பரவலாக வில்லை என்று மங்கள நிவாசத்தின் முதலாளி மிகவும் கவலைப்பட்டார். பலரும் விலையைக் காரணமாகச் சொன்னபோது, எண்பது காசுக்கும் கீழே குறைத்தால் முதலுக்கு மோசமாகிவிடும் என்று சொன்னார்.

இதனிடையில் மங்கள விலாசத்தின் சிறப்பம்சமான மசாலா தோசையின் தொழில் நுட்பத்தை அறிந்துகொண்டுவிட சைதாப்பேட்டையின் பிற ஓட்டல் முதலாளிகள் ஆர்வம் காட்டினார்கள். மாரி ஓட்டல், வளர்மதி ஓட்டல், கௌரி நிவாஸ், பெத்தண்ணா சிற்றுண்டியகம் உள்ளிட்ட சாப்பாட்டுக் கடைக்காரரர்கள் தமது மாஸ்டர்களுக்குப் பணம் கொடுத்து மங்கள நிவாசத்துக்கு மாறு வேஷத்தில் அனுப்பி வைத்தார்கள். அவர்களும் தலையில் துண்டு போட்டுக்கொண்டு வந்து உட்கார்ந்து மசாலா தோசையைச் சப்புக் கொட்டிக்கொண்ட சாப்பிட்டுவிட்டு எழுந்து போவார்கள். முறுகலான ஒரு தோசையைச் சுட்டெடுப்பது அவர்களுக்குப் பிரச்னையே இல்லை. அந்த உருளைக்கிழங்குச் சேர்மானத்தில் வருகிற வாசனைதான் சூட்சுமம். அதைக் கண்டறியச் சொல்லித்தான் முதலாளிகள் அவர்களை அனுப்பி வைத்தார்கள். அவர்களும் முதலாளி காசில் மசால் தோசை தின்ற காரணத்தால் ஒவ்வொரு முறையும் ஒவ்வொரு புதிய கண்டுபிடிப்பைச் சொல்லுவார்கள்.

வெங்காயத்தைத் தனியே வதக்கிக்கொண்டு பிறகு வேகவைத்த உருளைக்கிழங்குடன் சேர்த்துக் கிளற வேண்டும். உருளைக்கிழங்கு மசாலா நன்கு வெந்து வரும்போது நான்கு பூண்டை இடித்துப் போட வேண்டும். கிழங்கு வேகும்போது அதனோடு ஒரு துண்டு பசு மஞ்சளை நசுக்கிப் போட வேண்டும். இப்படி விரியும் அவர்களது கற்பனைகள்.

ஆனால் என்ன செய்து பார்த்தும் மங்கள நிவாசத்தின் மசாலா தோசை மணத்தை அவர்களால் கைப்பற்ற முடியவில்லை. பெத்தண்ணா சிற்றுண்டியகத்தின் முதலாளி, மங்கள நிவாசத்தின் தோசை மாஸ்டரையே வேலைக்குக் கூப்பிட்டுக்கொண்டு போய்விட்டார். அங்கே கொடுப்பதைவிட பத்து ரூபாய் சம்பளம் அதிகம் என்று அவர் சொன்னதில் அந்த மாஸ்டர் தனது அன்பான முதலாளிக்கு துரோகம் செய்துவிட்டார்.

ஆன போதிலும் பெத்தண்ணா ஓட்டலில் மங்கள நிவாசத்தின் மசாலா தோசை மணம் வரவில்லை. அங்கே அப்படிச் செய்தாய், இங்கே ஏன் இப்படிச் செய்கிறாய் என்று மாஸ்டரை முதலாளி கடிந்துகொண்டபோது அந்த மாஸ்டர் உண்மையைச் சொன்னார். 'நான் இப்படித்தான் உருளைக் கிழங்கு மசாலா சமைப்பேன். ஆனால் சமைத்து முடித்த பிறகு என்னை வெளியே போகச் சொல்லிவிட்டு எங்கள் முதலாளி ஐந்து நிமிடம் உள்ளே வந்து ஏதோ செய்வார். அது மட்டும் என்னவென்று எனக்குத் தெரியாது.'

அந்த முதலாளி தலையில் கை வைத்து அமர்ந்து விட்டார். மங்கள நிவாசத்தின் தோசை மாஸ்டரை

வசியம் செய்து தன் பக்கம் இழுத்துக்கொண்டு விட முடிந்தது போல அதன் முதலாளியையுமா வேலைக்குக் கூப்பிட முடியும்?

வேறு வழியின்றி சைதாப்பேட்டையின் அனைத்து ஓட்டல் முதலாளிகளும் கூடிப் பேசி ஒரு முடிவுக்கு வந்தார்கள். அதன்படி ஒரு நல்ல நாள் பார்த்து, ஒரு வெள்ளித் தாம்பாளத்தில் வெற்றிலை பாக்கு பழம் வேட்டி துண்டெல்லாம் வைத்து மங்கள நிவாசத்தின் முதலாளியிடம் கொடுத்து வணங்கி, அந்த மசாலா மணத்தின் சூட்சுமத்தைத் தங்களுக்கும் சொல்லிக் கொடுக்கும்படிக் கேட்டார்கள்.

'என்ன சூட்சுமம்?' என்று அவர் திரும்பக் கேட்டார்.

'இல்ல. உங்க மாஸ்டர் மசாலா சமைச்சி முடிச்சதும் வெளிய போக சொல்லிட்டு நீங்க தனியா எதோ செய்விங்களாம்.'

'அதுவா? கருமம் அந்த மசாலா நெடி மூக்குக்குப் போச்சின்னா எனக்கு சோறு இறங்காது. அதுனால மோந்து பாக்குறப்ப ஸ்டிராங்கா ரெண்டு சிட்டிகை பொடி போட்டுக்குவேன்.'

குடும்ப உறுப்பினர்

கரப்பான் பூச்சி, எறும்பு, தேள், பாம்பு என்று வீட்டுக்குள் எளிதாக நுழையக்கூடிய எந்த ஜந்துவையும் கொல்வதற்கு யாரும் யோசிப்பதில்லை. தொல்லைதான் என்றால் போடு ஒரே போடு! நாயென்றால் கல். மாடு என்றால் கழி. வெளியே முற்றத்தில் உலர்த்திய ஈர அரிசிக்குக் காக்கை வருகிறதா? முறத்தை எடுத்து ஒரே வீசு. என் மனைவி அதிலெல்லாம் பேதமே பார்ப்பதில்லை. அப்புறம் சமைத்து முடித்த பிறகு பிடி சாதம் எடுத்துக் காக்கைக்கு வைத்தால் கணக்குத் தீர்ந்துவிடும். நான்தான் ஜீவகாருண்யத்தையெல்லாம் நினைத்துக்கொண்டு உள்ளுக்குள் சங்கடப்பட்டுக்கொள்வேன்.

அவ்வளவு நல்லவனான எனக்கே திடீரென்று ஒரு சமயம் ஒரு பல்லியைக் கொல்ல வேண்டும் என்ற வெறி உண்டாயிற்று. தாற்காலிகமாகவாவது குருநாதர் வள்ளலாரை நினைவில் இருந்து இறக்கி வைத்துவிட்டுக் காரியத்தைச் சாதித்துவிட முடிவு

செய்துகொண்டேன். கோபமென்றால் அப்படி ஒரு கோபம். உலக பல்லிகள் எல்லாம் சுவரின் மேற்புற ஓரங்களில் ஊர்ந்துபோய் பூச்சி பிடித்துத் தின்றுவிட்டு, கண்ணுக்குப் புலப்படாத மூலையில் முட்டையிட்டு சந்ததி வளர்த்துக்கொண்டு சௌக்கியமாக வாழ்கின்றன. ஆனால் என் வீட்டுக்கு வந்து சேர்ந்த பல்லி ஒரு சர்வாதிகாரியைப் போல நடந்துகொள்ளத் தொடங்கியதுதான் என் கோபத்துக்குக் காரணம்.

நான் உட்கார்ந்து படித்துக்கொண்டோ எழுதிக் கொண்டோ இருப்பேன். அறிவிப்பில்லாமல் திடீரென்று எங்கிருந்தோ என் மீது குதித்து இறங்கி ஓடும். நான் அலறி முடித்துத் திரும்பிப் பார்க்கும்போது இருக்காது. எத்தனையோ பேர் தலையில் இடியே விழுகிறது. அதற்கெல்லாம் யாரும் ஒன்றும் சொல்வதில்லை. ஆனால் இந்த பல்லி விழுந்தால் மட்டும் பலப்பல துர்ப்பலன்கள். சில பஞ்சாங்கங்களில் குஷ்டம், ராஜரோகம், ம்ருத்யு சங்காத்தம் என்று பிற மொழிகளில் பலன் எழுதி அச்சுறுத்துவார்கள். ஒரு முறை கோர ஸ்கலிதம் என்றொரு பலனை ஏதோ ஒரு பஞ்சாகத்தில் கண்டு கதி கலங்கியிருக்கிறேன். வேக ஸ்கலிதம், வற்றிய ஸ்கலிதம் என்றால்கூடச் சரி. அதென்ன கோர ஸ்கலிதம்? அன்றெல்லாம் சிறுநீரைப் போல கொடகொடவென விந்து கொட்டுகிற மனக்காட்சி வந்துகொண்டே இருந்தது. எத்தனை எத்தனைக் குழந்தைகள்!

இது மட்டுமல்ல காரணம். என்னிடம் ஒரு பெரிய புத்தகச் சேகரம் இருக்கிறது. புராதனமான

புத்தகங்களில் தொடங்கி மிகவும் சமீபத்தில் வாங்கி வாசித்து வைத்தது வரை, ஏராளம். அவசரமாக எதையாவது அடுக்கில் தேட உட்புறம் கை விட்டால், அங்கே சரியாக அந்தப் பல்லி வந்து உட்கார்ந்திருக்கும். திடுக்கென்று எகிறிக் குதித்து நகர்ந்து போகும். கணப் பொழுதுதான் என்றாலும் அந்த அதிர்ச்சி கொடூரமானது. மேசையின் அடியில், துணிக் குவியல்களில், பூஜை மாடத்தில், பால்கனியில் எல்லா இடங்களிலும் வெட்கங்கெட்டு வந்து நிற்கும். நன்கு பருத்து, உருண்டு, நீளமாகப் பிதுக்கிய பழுப்பு நிற டாபர் பற்பசை போல இருக்கும்.

அதைக் கொன்றே தீரவேண்டும் என்று என் மனைவியிடம் சொன்னேன். 'பைத்தியமா பிடித்திருக்கிறது?' என்று கேட்டாள்.

'அப்படியென்றால் அதை முதலில் விரட்டும் வழியைப் பார். என்னால் அதைச் சகித்துக்கொள்ள முடியவில்லை.'

'பல்லியை எப்படி விரட்டுவது?'

'கரப்பானுக்கு, கொசுவுக்கு மருந்து இருப்பது போல பல்லிக்குக் கிடையாதா?'

'பல்லியைக் கொன்றால் பாவம்.'

இதென்ன அக்கிரமம். ஒவ்வொரு நாளும் அது என்னைக் கொன்றுகொண்டிருந்தது. அதுவும் சிறுகச் சிறுக. அதைக் கொன்றால் பாவம்! எப்படி இருக்கிறது கதை? நான் முடிவு செய்துவிட்டேன்.

மறு நாள் முதல் கையில் ஒரு கனத்த பிரம்பை எப்போதும் வைத்துக்கொண்டேன். அது கண்ணில் பட்டால் போதும். உடனே ஓங்கி ஒரே போடு.

இதில் ஒரு பிரச்னை என்னவென்றால் ஒருமுறைகூட என்னால் அந்தப் பல்லியின் தலைமீது பிரம்பைப் பாய்ச்ச முடியவில்லை. ஒவ்வொரு முறையும் நான் ரகசியமாகப் பிரம்பை ஓங்கி அதனை நோக்கி வீசும்போதும் அது சுலபமாக நகர்ந்து சென்றுவிடும். பிரம்பு தரையிலோ மேசையிலோ சுவரிலோ மடாரென மோதி பலத்த சத்தத்தை எழுப்பும். பல்லி எனக்களித்த திடீர் அதிர்ச்சிகளைப் போலவே அந்த சத்தம் என் மனைவிக்கும் மகளுக்கும் அதிர்ச்சியளிக்கும். அவர்கள் அலறிக்கொண்டு, 'என்ன ஆச்சு?' என்று ஓடி வருவார்கள்.

இப்படிச் சில மாதங்கள் விளையாடி முடித்த பிறகு நாங்கள் வீடு மாறினோம். பொருள்களைக் கட்டி ஏற்றும்போது மிகவும் கவனமாக அந்தப் பல்லி அட்டைப் பெட்டிகளில் ஏறிவிடாமல் பார்த்துக்கொண்டேன். என் எச்சரிக்கை உணர்வைப் பார்த்து என் மனைவி சிரித்துக்கொண்டே இருந்தாள். சீ பாவம்! சீ பாவம்! என்று சொல்லிக்கொண்டே இருந்தாள். என்னையா பல்லியையா என்றுதான் தெரியவில்லை. வீட்டைப் பூட்டிக்கொண்டு கிளம்பும்போதும் உறுதிப்படுத்திக்கொண்டேன். பல்லி வீட்டுக்குள்ளேயேதான் இருந்தது.

'போய் வருகிறேன் என் அன்பான எதிரியே! உனக்கு ஆயுள் கெட்டி. இங்கேயே சௌக்கியமாக இரு!' என்று ஆசீர்வதித்துவிட்டுக் கிளம்பினேன்.

தவறு செய்துவிட்டேன். நான்தான் அதை எதிரியாகக் கருதியிருக்கிறேன். உண்மையில் அந்தப் பல்லி என்னை மிகவும் நேசித்திருக்கிறது. என்னோடு அது விளையாடத்தான் செய்திருக்கிறதே தவிர அச்சமூட்டுவது அதன் நோக்கமில்லை. நான் எங்கேயாவது வெளியே கிளம்பினால் எனக்குத் தெரியாமல் என் மனைவி என் கைப்பையில் இரண்டு வெள்ளரிக்காய்களை நறுக்கி உப்புத் தூவி ஒரு டப்பாவில் வைப்பாள். அல்லது நான்கு கடலை மிட்டாய்களைப் பொட்டலம் கட்டி வைப்பாள். சிறு பசிக்கு உதவும் என்ற நல்லெண்ணம்.

அந்த அன்பை என் மனைவிக்குப் பிறகு நான் அந்தப் பல்லியிடம்தான் பார்த்தேன். புதிய வீட்டில் என் புத்தகங்களை அடுக்கத் தொடங்கியபோது சிறிய, வெள்ளை மணிகளாக ஏழெட்டு முட்டைகள் உதிர்ந்து புத்தக இடுக்குகளில் ஓடி ஒளிந்ததைக் கண்டேன்!

தாலிக் கதை

பவானி ஒவ்வொரு நாளும் காலை, மாலை இரு வேளையும் சாமி கும்பிடுவாள். விளக்கேற்றி விழுந்து கும்பிட்ட பிறகு அவள் வேண்டுவதெல்லாம் ஒன்றுதான். நான் இருக்கும்வரை என் தாலி நிலைத்திருக்க வேண்டும்.

திருமணமான சில நாள்களிலேயே அவளுக்கு தனபாலின் குணம் புரிந்துவிட்டது. அவன் ஒரு வேலையில் இருந்தான். வீட்டுக்குப் பணம் தருபவனாகவும் இருந்தான். ஆனால் அவ்வளவு சரியானவனல்ல. ஒரு கெட்ட பழக்கம் அவனுக்கு இருந்தது. குடிகாரனாக அவன் இருந்திருந்தால்கூட ஊரில் எல்லோரும் குடிக்கிறார்கள்; தன் புருஷனும் குடிக்கிறான் என்று அவள் ஆறுதல் அடைந்திருப்பாள். ஆனால் தனபால் எங்கேயோ போய் ஏதோ ஒரு பொடியை வாங்கி வந்து புறங்கையில் வைத்து மூக்கால் உறிஞ்சுவான்.

அதன்பின் ஓரிரு மணி நேரங்களுக்கு வானம் பார்த்து சிரித்தபடியே இருப்பான். அதைப் பார்க்கவே பவானிக்கு அச்சமாக இருக்கும்.

பிறகொரு நாள் அவனது நண்பர்களைப் பற்றி அவளுக்கு மெல்ல மெல்லத் தெரிய வந்தது. தனபாலின் ஒவ்வொரு நண்பன் மீதும் ஏதாவது ஒரு காவல் நிலையத்தில் குறைந்தபட்சம் ஒரு வழக்காவது இருந்தது. அடிதடி வழக்கு. கொலை முயற்சி வழக்கு. திருட்டு வழக்கு. வரதட்சிணை வழக்கு. ஏதோ ஒன்று. அவர்களுக்கிடையே ஒரு கௌரவமான வேலை பார்ப்பவனும் சம்பாதிப்பவனும் தனபால் மட்டும்தான் என்பதால் பெரும்பாலும் வழக்குகளில் இருந்து அவர்கள் வெளியே வருவதற்கு அவன்தான் செலவு செய்வான். பவானி இதற்கும் ஆட்சேபம் தெரிவித்துப் பார்த்து சலித்துப் போனாள்.

தனபால், அவளைக் கடிந்துகொள்வதோ, அடிப்பதோ கிடையாது. ஆனால் அவன் அன்பாகத்தான் இருக்கிறானா என்று அவளுக்கு அடிக்கடி சந்தேகம் வரும். திடீரென்று ஒருநாள் பூ வாங்கி வருவான். திடீரென்று என்றாவது புடைவை வாங்கி வருவான். சில நாள் வீட்டுக்கே வராதிருப்பான். ஒரு தொலைபேசித் தகவல்கூட இருக்காது. அவனது பழக்க வழக்கங்கள், நட்புகளை நினைவுகூர்ந்து பவானி அஞ்சி நடுங்குவாள். அவன் இறந்துவிட்டானோ அல்லது எங்காவது வழக்கில் சிக்கிக் கைதாகி விட்டதாகத் தகவல் வருமோ என்று கலங்குவாள். மீண்டும் அவனைப் பார்க்கும்போதுதான் நிம்மதியாகும். இதனால்

உண்டான வழக்கம்தான் தினசரி தாலிக்கான பிரார்த்தனை.

எப்போதும் போல ஒருநாள் தனபால் வேலைக்குக் கிளம்பிச் சென்று வீடு திரும்பவில்லை. ஒரு வாரம், இரு வாரம் என்று தொடங்கி ஒரு மாதம் வரை அவன் வீட்டுக்கு வரவேயில்லை. இம்முறை பவானிக்கு அச்சமும் நடுக்கமும் தீவிரமானது. இவ்வளவு நீண்ட நாள்கள் அவன் வீடு திரும்பாதிருந்ததில்லை. நிச்சயமாக ஏதோ பெரிய சிக்கல்தான். அவன் வேலை பார்க்கும் கம்பெனியில் இருந்து போன் செய்து அவனைப் பற்றி விசாரித்தார்கள். தெரியவில்லை என்றுதான் அவளால் சொல்ல முடிந்தது. ஒரு போலிஸ் புகார் கொடுத்தே தீரவேண்டும் என்று அக்கம்பக்கத்தில் உள்ளவர்கள் திரும்பத் திரும்பச் சொன்னார்கள். தாங்க முடியாத துக்கத்துடன் அவள் விளக்கேற்றி அன்றும் விழுந்து வணங்கினாள். வேண்டிக்கொள்ளவும் சக்தியற்று வெறுமனே நின்றாள்.

ஆனால் பிரார்த்தனைகளுக்கு சக்தி உண்டு. மறுநாள் செய்தி வந்துவிட்டது. தனபால் விக்கிரவாண்டி அருகே ஒரு கிராமத்தில் இருக்கிறான். உயிருக்கு ஆபத்து ஒன்றுமில்லை. தவிர ஆரோக்கியமாகவும் இருக்கிறான். அவன் அந்த ஊரில் வேறொரு பெண்ணை மணந்துகொண்டிருக்கிறான்.

இருளற்றது

பார்க்கப் பேரழகியாக விளங்கும் ஒரு பெண்ணை அறவே வெறுக்கும் ஒரு ஆண்கள் கூட்டத்தை எங்காவது கண்டிருக்கிறீர்களா? நான் சொல்கிறேன். அப்படி ஒரு கூட்டம் இருக்கிறது. நான் வசிக்கும் காலனியில் நீங்கள் அவர்களைக் காணலாம். அவர்கள் படித்தவர்கள். நாகரிகமானவர்கள். பெரிய பெரிய உத்தியோகங்களில் இருப்பவர்கள். தவிர குடும்பஸ்தர்களும்கூட. சரி அவர்களெல்லாம் மனைவிக்கு விசுவாசமானவர்கள் என்று எடுத்துக்கொள்ளலாம் என்றால் இங்கே உள்ள திருமணமாகாத இளைஞர்களும் அவளை ஏறெடுத்துப் பார்ப்பதில்லை. சாலையில் அவள் தலை தெரிந்தாலே அவர்கள் பின்னங்கால் உதற ஓடிப் போய்விடுகிறார்கள். இதற்கு என்ன காரணம் இருக்க முடியும் என்று எனக்கு விளங்கவேயில்லை. பிராந்தியத்துக்குப் புதிதாகக் குடி வந்தவன் அல்லவா? மிகவும் யோசித்து அவள்

ஒரு பொருட்பெண்ணாக இருக்கலாம் என்று நினைத்தேன். ஆனால் அதுவும் இல்லை என்று உறுதியாகிவிட்டது.

நண்பர் ஒருவர் சொன்னார். அவளைப் பற்றிப் பொதுவில் பேசாதே. அவள் எதிரே வந்தால் நிமிர்ந்து முகம் பார்க்காதே.

நல்ல கதையாக இருக்கிறதே? என் வாழ்வில் அவளைப் போன்றதொரு அழகியை நான் கண்டதில்லை. பூவைப் போல், மயிலைப் போல், மானைப் போல் என்றெல்லாம் வர்ணிப்பது அறப்பத் தனம். அவள் சந்தேகமில்லாமல் இயற்கையைப் போலிருந்தாள். ஒரு புகைப்படமோ, சித்திரமோகூட அவளது சௌந்தர்யத்தைப் பூரணமாகக் கைப்பற்றாது என்று தோன்றியது.

'இல்லை. அவள் மூன்று முறை திருமணமானவள். அவளது மூன்று கணவன்களும் கொலையுண்டு இறந்து போனார்கள்.'

'அதனால் என்ன?'

'மூவரையும் அவளேதான் கொலை செய்தாள் என்று சொல்கிறார்கள்.'

சிறிது திடுக்கிட்டேன். இருப்பினும் 'யார் சொல்வது?' என்றேன்.

'எல்லோரும்தான். பல உயர் அதிகாரிகள் அவள் கைக்குள் இருக்கிறார்கள். அதனால் வழக்கின்றித் தப்பித்துவிட்டாள்.'

அதற்கு மேல் உரையாடலை வளர்க்க விரும்பாமல் நகர்ந்துவிட்டேன்.

பிறகு ஒருநாள் சாலையில் அவளைப் பார்த்தபோது புன்னகை செய்தேன். படிப்படியாக நாங்கள் ஹலோ சொல்லிக்கொள்ளத் தொடங்கினோம். ஒருநாள் அவள் வீட்டுக்குச் சென்றேன். அவள் ஒருமுறை என் வீட்டுக்கு வந்தாள். சில டிவிடிக்களை விரும்பி எடுத்துச் சென்றாள். பார்த்துவிட்டு நன்றியுடன் திருப்பிக் கொண்டு வந்து கொடுத்தாள். மெல்ல மெல்ல நெருக்கம் உண்டான பிறகு அவளிடம் நேரடியாகவே கேட்டேன். 'நீ மூன்று கணவன்களைக் கொலை செய்தவள் என்று காலனியில் உள்ள அனைவரும் சொல்கிறார்கள்.'

'தெரியும். இல்லை என்று மறுப்பதைத் தவிர நான் என்ன செய்ய முடியும்? உண்மையில் அவர்களை நான் கொல்லவில்லை.'

'வேறு யார் கொன்றார்கள்?'

'யார் யாரோ. ஏதேதோ காரணம். எனக்குச் சரியான கணவனைத் தேர்ந்தெடுக்கத் தெரியவில்லை. பெரியவர்கள் யாரும் இல்லாததால் நானே தேர்வு செய்வதெல்லாம் தவறாகிப் போய்விடுகிறது.'

எனக்கு அவள் மீது மிகவும் பரிதாபம் ஏற்பட்டது. அது பிறகு காதலானது. காதல் உக்கிரமடைந்தபோது அவளைத் திருமணம் செய்துகொள்ள முடிவு செய்தேன். காலனி நண்பர்களிடம் சொன்னபோது நிச்சயமாக வேண்டாம் என்று பதறினார்கள். அவர்கள் சொல்வதைக் கேட்க வேண்டாம்

என்று முடிவு செய்துகொண்டேன். அவள் *Gloomy sunday* என்ற ஆஸ்திரிய நாட்டுத் திரைப்படத்தின் டிவிடி கிடைக்குமா என்று கேட்டிருந்தாள். சற்றுப் பழைய படம். என்னிடம் அது இல்லை என்பதால் எங்கேயாவது தேடித் தருகிறேன் என்று சொல்லியிருந்தேன். அது கிடைத்தபாடில்லை. எனவே *Gloomy Sunday* இன்னும் கிடைக்கவில்லை என்று சொல்வதற்காக அவள் வீட்டுக்குச் சென்றேன்.

காப்பி குடிக்கிறீர்களா என்று கேட்டாள். நான் மறுக்கவில்லை. நல்லதொரு காப்பியை அருந்தியபடியே அவளிடம் என் காதலைச் சொல்லி, உன்னைத் திருமணம் செய்துகொள்ள விரும்புகிறேன் என்று சொன்னேன்.

அவள் அதிர்ச்சியடையவில்லை. அதே சமயம் உடனே ஏற்றுக்கொள்ளவும் இல்லை. இரண்டு நாள் அவகாசம் கேட்டாள். இரண்டு நாள்களுக்குப் பிறகு, 'யோசித்துப் பார்த்தேன். உங்கள்மீது எனக்குக் காதல் வரவில்லை, வராது என்றும் தோன்றுகிறது' என்று சொன்னாள்.

மிகவும் மனம் நொறுங்கிப் போய் வீடு திரும்பினேன். அன்றிரவே ஒரு வீடியோ லைப்ரரியில் இருந்து போன் செய்து அந்தப் படத்தின் சிறந்த ப்ரிண்ட் ஒன்றை வரவழைத்திருப்பதாகச் சொன்னார்கள். மறுநாள் அதை வாங்கிக்கொண்டு அவள் வீட்டுக்குச் சென்றபோது அவள் இறந்திருந்தாள்.

யாரோ கொலை செய்திருந்தார்கள்.

இருப்பவள்

தினமும் அவரை நடைப் பயிற்சியின்போது பார்ப்பேன். என்னைக் காட்டிலும் நான்கு அல்லது ஐந்து அடிகள் முன்னால் போய்க்கொண்டிருப்பார். எப்போதாவது அருகருகே செல்லும்படி நேர்ந்தால் புன்னகை செய்வார். நானும் ஹலோ என்பேன். அதற்குமேல் பேசியதில்லை. ஆனால் ஒருவரையொருவர் அறிவோம். ஒரே குடியிருப்பு வளாகத்தில் இருப்பவர்கள்.

திடீரென்று ஒருநாள் குடியிருப்பு வாட்சப் குழுமத்தில் ஒரு செய்தி வந்தது. முப்பத்தொன்பது வயதேயான அவரது மனைவி நோய்த் தொற்றால் பாதிக்கப்பட்டு இறந்துவிட்டார். செய்தி வந்த மறு கணத்தில் இருந்து ஆழ்ந்த இரங்கல்கள் என்று நாநூறு செய்திகள் அடுத்தடுத்து வந்தன. எனக்கு மிகவும் வருத்தமாகிவிட்டது. முப்பத்தொன்பதெல்லாம் இறக்கும் வயதே இல்லை. அப்படி இறக்கிற எல்லோரும்

பாரதியாரை ஏனோ நினைவுபடுத்திவிடுகிறார்கள். பாரதியார் இறக்குபோது அவ்வளவு பிரபலமில்லை என்றாலும் இப்போதும் நினைத்துக்கொள்ளச் சிலர் இருக்கிறார்கள். எல்லோருக்கும் அது கிடைத்துவிடுவதில்லை.

நண்பருக்கு ஏழாம் வகுப்பில் படிக்கும் மகள் ஒருத்தி இருந்தாள். அத்தனைச் சிறு வயதில் அந்தப் பெண் தாயில்லாமல் எவ்வளவு சிரமப்படுவாள் என்று கவலையாக இருந்தது. மொத்த வாழ்வுமே புரட்டிப் போட்டாற்போலத்தான் ஆகிவிடும். எவ்வளவோ கனவுகள். எவ்வளவோ திட்டங்கள். எல்லோருக்கும் இருப்பதுதான். சிலருக்கு எங்கோ இடறிவிடுகிறது.

இப்படியெல்லாம் எண்ணிப் பார்த்துக் கொண்டிருக்கவே சங்கடமாக இருந்தது. நோய்த் தொற்று பாதித்து இறந்தார் என்பதால் நண்பரின் மனைவி உடலை வீட்டுக்கு எடுத்து வரவில்லை. மருத்துவமனையில் இருந்து நேரே மயானத்துக்குக் கொண்டு போய்விட்டார்கள் என்று வாட்சப் குழுமத்தில் இன்னொரு செய்தி வந்தது. அச்சத்தில் யாரும் அவரவர் வீடுகளை விட்டு வெளியே வரவேயில்லை. பாரதியாருக்கு நேர்ந்தாற்போல சொற்ப அளவிலான நபர்கள்தாம் இறுதிச் சடங்குக்கு உடன் இருந்திருப்பார்கள். இறுதிச் சடங்கு என்ற ஒன்றே நடந்திருக்குமா என்றும் ஐயமாக இருந்தது.

சரியாக ஒரு மாதத்துக்குப் பிறகு நண்பரை மீண்டும் நடைப் பயிற்சியின்போது பார்த்தேன்.

எனக்கு ஏழெட்டு அடிகள் முன்னால் போய்க்கொண்டிருந்தார். நெருங்கிச் சென்று விசாரிக்க வேண்டும் என்று தோன்றியது. எல்லோரும் விசாரித்து முடித்திருக்கலாம். நான் ஒருவன் விசாரிக்காதது அவர் கவனத்தில் இருக்குமா. தினமும் பார்க்கும் மனிதர். ஒரு சங்கடத் தருணத்தை எதிர்கொண்டு கடப்பதுதான் நல்லது என்று நினைத்தேன். மனத்தை திடப்படுத்திக்கொண்டு வேகமாக அவரை நெருங்கினேன். ஒன்றும் பேசவில்லை. அவர் கையை அழுத்திப் பிடித்துக்கொண்டு கணப் பொழுது அப்படியே நின்றேன். அர்த்தமற்ற அநேக விசாரிப்புகள் அதில் அடங்கிவிட்டதாக உணர்ந்தேன். பிறகு இருவரும் சேர்ந்தே நடந்தோம்.

வளாகத்தைச் சுற்றி வரும்போது அவர் வீட்டு பால்கனியில் காத்திருந்த அவரது மகள் அழைத்தாள்.

'அப்பா, குக்கர் நாலு விசில் வந்துடுச்சி. இன்னும் ஒண்ணு வந்தா ஆஃப் பண்ணிடலாம்ல?'

கணப் பொழுதுதான். நான் மீண்டும் அவர் கையை எடுத்து அழுத்திப் பற்றிக்கொண்டு நின்றேன். பிறகு திரும்பிப் பாராமல் வேகமாக நடந்து சென்றேன்.

ஒரு தூய கனவு

தினமும் ஏதேனும் ஒரு கனவு வருகிறது. அர்த்தம் புரிவதும் புரியாததுமாக ஏதோ ஒன்று. நேற்றிரவு வந்த கனவில் தும்பிக்கை உள்ள பெண்ணொருத்தி வந்தாள். ஒரு பெண் தும்பிக்கையுடன் இருப்பது கனவில் எனக்கு வினோதமாகவே தெரியவில்லை. மிகவும் சாதாரணமாக அவளுடன் பேசிக்கொண்டிருந்தேன். அவள் என்னை சாப்பிட்டாயா என்று கேட்டாள். இல்லை என்று சொன்னதும் தன் தும்பிக்கைக்குள் கையை விட்டு ஒருப்ரிட்டானியாகோல்ட்பிஸ்கட்பொட்டலத்தை எடுத்துக் கொடுத்து சாப்பிடு என்று சொன்னாள். நான் சாப்பிட்டு முடித்ததும், 'விடியும்போது பச்சையாகிவிடும்' என்று சொன்னாள். 'அப்படியா? அற்புதம். வெகு நாளாக எதிர்பார்த்துக்கொண்டிருக் கிறேன்' என்று நான் அவளுக்கு பதில் சொன்னேன். ஆனால் விடிந்து எழுந்து கனவை எண்ணிப் பார்த்தபோது அதற்கு என்ன அர்த்தம் என்று

விளங்கவில்லை. ஆனால் கனவில் அது எனக்குப் புரிந்திருக்கிறது. இல்லாவிட்டால் அப்படியொரு பதிலைச் சொல்லியிருக்கப் போவதில்லை.

சென்ற மாதம்கூட இப்படி ஒரு கனவு. நான் ஒரு நீர் நிலையின் கரையோரம் நிற்கிறேன். அது கடலோ நதியோ அல்ல. ஏரியாகவோ பெரிய குளமாகவோதான் இருக்க வேண்டும். ஏனெனில் அலைகள் தென்பட்ட நினைவில்லை. கண்ணுக்கெட்டிய தொலைவு வரை நீர்ப்பரப்புதான். அசைவற்ற நீர்ப்பரப்பு. ஆனால் காற்றடிக்கிறது. என் சட்டை காலரே ஆடுகிறது என்றால் பார்த்துக்கொள்ளுங்கள். அவ்வளவு காற்று. தலை முடியெல்லாம் நெட்டுக்குத்தாகி அலைபாய்கிறது. ஆனாலும் நீர்ப்பரப்பில் சலனமில்லை. நான் பார்த்துக்கொண்டே இருக்கையில் ஏழு முகங்களும் மூன்று கைகளும் கொண்ட ஒரு மனிதன் வேகமாக என்னைக் கடந்து நீர்ப் பரப்பின் ஓரத்துக்குச் சென்று அதை ஒரு பாய் சுருட்டுவது போலச் சுருட்டி எடுத்துக்கொண்டு திரும்பினான். ஐயோ ஏன் இப்படிச் செய்கிறாய் என்று நான் கேட்க வாயெடுக்கும் முன்பே அவன் வேக வேகமாக நடந்து போய் மறைந்துவிட்டான். அதிர்ச்சியுடன் நீர் நிலை இருந்த இடத்தைப் பார்த்தேன். இப்போது அது ஒரு டிபன் பாக்ஸ் அளவுத் தொட்டியாகியிருந்தது. தொட்டியில் ஒரு செடியும் இருந்தது. கண்ணைப் பறிக்கும் கருப்பு நிறத்தில் ஒரு பூ பூத்திருந்தது.

இப்படி அடிக்கடி வினோதமான கனவுகள் வருகின்றன. இவையெல்லாம் அர்த்தமற்றவை

என்று என்னால் நினைக்க முடிந்ததில்லை. புரியாதவற்றை இல்லாதவை என்று எண்ணிக்கொள்ளும் வழக்கம் எனக்கு இல்லை. ஆனால் ஒவ்வொரு முறையும் நினைத்துக்கொள்வேன். அடுத்த கனவு முடிவடையும்போது கனவில் வரும் பாத்திரத்திடம் கையோடு விளக்கம் கேட்டுவிட வேண்டும்.

ஆனால் முடிந்ததில்லை. ஒவ்வொரு கனவு நிறைவடையும்போதும் துவைத்து முடித்த துணியைப் பிழிந்து தூரப் போடுவது போல என் கனவுகள் என்னைத் தூக்கிப் போட்டுவிடுகின்றன. என்ன செய்ய? கனவை இழுத்துப் பிடித்து நிறுத்தி விசாரணை செய்யும் வல்லமையை நான் பெற்றிருக்கவில்லை. வருத்தம்தான்.

சரி ஒழிகிறது என்று அந்த எண்ணத்தை ஒதுக்கி வைத்துவிட்டு இன்று படுக்கிறேன். விரைவில் உறங்கியும் போய்விடுகிறேன். உறக்கத்தில் இன்றும் ஒரு கனவு வருகிறது. பருந்துகளுக்கு இருப்பது போன்ற இறக்கைகள் கனவில் எனக்கு இருக்கின்றன. ஆனால் நான் பறக்க முயற்சி செய்யவில்லை. நடந்துகொண்டுதான் இருக்கிறேன். சேடிப் பெண்கள் சாமரம் வீசுவது போல என் இறக்கைகளை வீசிக்கொண்டே நடக்கிறேன். ஊரே கூடி நின்று என்னை வினோதமாகப் பார்க்கிறது. நான் நடந்துதானே செல்கிறேன்? அப்படிப் பார்க்க என்ன அவசியம் என்று எனக்குப் புரிவதில்லை. ஒவ்வொரு வீதியை நான் கடந்து செல்லும்போதும் அங்குள்ளவர்கள் என்னைப் பார்த்துப் பார்த்து வியக்கிறார்கள்.

தமக்குள் ரகசியமாக ஏதோ பேசிக்கொள்கிறார்கள். இது எனக்கு மிகுந்த பதற்றத்தைத் தருகிறது. ஏதோ தவறாகியிருக்கிறது என்று நினைக்கிறேன். உடனே குனிந்து பார்க்கிறேன். ஆடை அணிய மறக்கவில்லை. பாக்கெட்டில் பர்ஸ் இருக்கிறது. அதில் பணமும் இருக்கிறது. காலுக்குச் செருப்பு போட்டிருக்கிறேன். முட்டாள்கள் என்னை ஏன் பிறகு விநோதமாகப் பார்க்க வேண்டும்?

கோபம் வந்து குரலெடுத்துக் கத்த நினைத்தபோது நேற்றைய கனவில் வந்த தும்பிக்கை உள்ள பெண் இப்போது என் எதிரே வருகிறாள். அவளிடம் என் ஆதங்கத்தைச் சொல்கிறேன். இந்த உலகம் எல்லாவற்றுக்கும் சிரிக்கிறது. எல்லாவற்றையும் விமரிசிக்கிறது. யாரையும் நிம்மதியாக நடமாட விடுவதில்லை.

அவள் பரிவுடன் என்னைத் தனது தும்பிக்கையால் தொட்டு வருடிக் கொடுத்தாள். 'ஆம். நீ சொல்வது சரி. இன்றைய கனவு வாழ லாயக்கற்றது. நீ நேற்றுக்குள் வந்துவிடு' என்று சொன்னாள்.

ஆனால் விடியும்போது அது மறுநாளாகத்தான் இருந்தது.

பத்தினி

இருட்டில் அவர்களை அடையாளம் தெரியவில்லை. இரண்டு பேர் என்பது நிச்சயம். ஆனால் முகம் பார்க்க முடியவில்லை. அவர்களும் தன்னைப் பார்த்திருக்க முடியாது என்று ஆறுமுகம் நினைத்தான். அவர்கள் தன்னைக் கொல்லத்தான் வந்தார்களா அல்லது வேறு யாரையுமா என்றுகூடத் தெரியவில்லை. வெட்டும்போது, டேய் யார்றா நீங்க என்று திரும்பத் திரும்பக் கத்தியது நினைவுக்கு வந்தது. ஒரு முறையாவது தன் பெயரைச் சொல்லிக் கத்தியிருக்கலாம் என்று பிறகு தோன்றியது. இனி பயனில்லை. எல்லாம் முடிந்துவிட்டது. கழுத்தில் இரண்டு வெட்டு. நெஞ்சில் ஒரு வெட்டு. இடது புற விலாவில் ஒன்று விழுந்திருக்கிறது. வலது காது பாதி அறுந்துவிட்டது. எதற்கும் இருக்கட்டும் என்று ஒருவன் முழங்காலுக்குக் கீழே குனிந்து ஒருமுறை வெட்டினான். தப்பித்து ஓடி மருத்துவமனையில் சேர்ந்துவிடக்கூடாது என்று நினைத்திருக்கலாம்.

உடலுக்குள் ஓடிக்கொண்டிருந்த ரத்தத்தில் பாதிக்கு மேல் வெளியேறிவிட்டிருக்கும் என்று தோன்றியது. கண் தெரியவில்லை. நடப்பது மிகவும் சிரமமாக இருந்தது. வெட்டு வாங்கிய இந்திரன் தோப்பிலிருந்து வீடு வந்து சேர்வதற்குள் ஏழெட்டு முறை விழுந்து எழ வேண்டியதாகிவிட்டது. அப்படியாவது ஏன் வீட்டுக்கு வந்தோம் என்று வந்து சேர்ந்த பிறகு நினைத்தான்.

கதவைத் தட்டிவிட்டு நிற்க முடியாமல் சரிந்து கீழே விழுந்தான். உறக்கம் கலைந்து எழுந்து வந்த செல்வி, அவன் கிடந்த கோலத்தைக் கண்டு நடுங்கிப் போனாள். சுதாரித்துக்கொண்டு உள்ளே இழுத்துப் போட்டுக் கதவை மூடினாள். மொத்த உடலும் ரத்தம் பரவி சட்டை லுங்கி முழுதும் நனைந்துவிட்டிருந்தது. முகமெல்லாம் ரத்தம். தலையில் ரத்தம். உள்ளங்கைகளில் ரத்தம்.

ஆறுமுகம் சிரமப்பட்டுக் கண்ணைத் திறந்து பார்த்தான்.

'மனச தேத்திக்க. காப்பாத்தல்லாம் முடியாது. செத்துருவேன்' என்று சொன்னான்.

அவள் பெருங்குரல் எடுத்து அழத் தொடங்கினாள்.

'பொறுக்கிப் பயதான நானு? இப்பிடித்தான் சாவணும். ஆனா எவன் போட்டான்னு கடேசி வரைக்கும் தெரியல.'

செல்வி அழுதுகொண்டிருந்தாள்.

'யாருக்கும் சரியா இருந்ததில்ல. ரெண்டா நம்பர் பொழப்பு. ரெண்டா நம்பர் பொறப்பு. ஒனக்குக்கூட யோக்கியமா இருந்ததில்ல. மன்னிச்சிடு செல்வி.'

அவ்வளவுதான் சொன்னான். மூச்சடங்கிப் போனது.

அவன் கடைசியாக அந்த மன்னிப்பைக் கேட்காதிருந்திருக்கலாம் என்று தோன்றியது. அதுதான் சங்கடமாக இருந்தது. இப்போது உண்மையிலேயே அவளுக்கு அழுகை வந்தது.

ஐம்பது அழுகைக் காட்சிகள்

பலஆண்டுகளுக்குமுன்னர்புதுடெல்லிதிரைப்பட விழா ஒன்றில் அவளைச் சந்தித்தேன். ஏழெட்டுக் காட்சிகளில் நான் அமர்ந்திருந்த வரிசையிலேயே தற்செயலாக அவளும் அமர்ந்திருந்தாள். ஆனால் எந்தப் படத்தையும் அவள் பார்க்கவேயில்லை. காட்சி தொடங்கிய சில நிமிடங்களில் அவள் தலையைக் கவிழ்த்துக்கொண்டு விடுவாள். பிறகு மௌனமாக அழத் தொடங்குவாள். படம் முடிந்து விளக்குகள் போடப்படும் வரை அழுதுகொண்டிருப்பாள். பிறகு கண்ணைத் துடைத்துக்கொண்டு எழுந்து அடுத்தக் காட்சிக்குச் சென்றுவிடுவாள். திரைப்படங்களைப் பார்க்க மிகுந்த ஆவலுடன் சென்றிருந்த எனக்கு அவளைக் கவனிப்பதே முதன்மைக் காரியம் ஆகிவிட்டது.

அந்த முறை ஆசிய பெண் இயக்குநர்கள் சிறப்புக் கவனம் பெற்றிருந்தார்கள். பல்வேறு தேசங்களில் இருந்து பெண் இயக்குநர்கள் இயக்கிய

திரைப்படங்கள் விழாவுக்கு வந்திருந்தன. படங்களுடன் அந்தப் படங்களின் இயக்குநர்களும் வந்தார்கள். திரையிடல், கலந்துரையாடல், கருத்தரங்குகள் என்று பத்து நாள்கள் பெண் கலைஞர்களைக் கொண்டாடுவது என்பது அரசாங்கத்தின் முடிவு. ஆனால் திரைப்பட விழாவைத் தொடங்கி வைக்க பி.ஆர். சோப்ராதான் வந்தார்.

தொடக்க விழாவின்போதே நான் அவளைப் பார்த்தேன். அன்று அவள் அழவில்லை. உற்சாகமாகத்தான் இருந்தாள். பத்து நாள்களும் என்னென்ன படங்கள் பார்க்க வேண்டும் என்று கையில் ஒரு பெரிய பட்டியல் வைத்துக்கொண்டு குறிப்பெடுத்துக் கொண்டிருந்தாள். அக்கம்பக்கத்தில் அமர்ந்திருந்த பத்திரிகையாளர்களிடம் அடிக்கடி சந்தேகம் கேட்டுத் தெளிவு படுத்திக்கொண்டாள். ஆர்வமுள்ள இளம் பத்திரிகையாளர் என்று நினைத்தேன். அம்மாதிரியானவர்கள் விரைவில் பத்திரிகைப்பணியில்இருந்து விலகி சினிமாவுக்குப் போய்விடுவார்கள். பல பேரை அப்படிப் பார்த்திருக்கிறேன். அடுத்த திரைப்பட விழாவில் அவளை சந்திக்க நேர்ந்தால் ஓர் உதவி இயக்குநராக அல்லது உதவி ஒளிப்பதிவாளராகத்தான் பார்ப்பேன் என்று நினைத்துக்கொண்டேன்.

ஆனால் மறுநாள் முதலே அவளது நடவடிக்கை தலைகீழாகிவிட்டது. ஒவ்வொரு திரையிடலின் போதும் அவள் தவறாமல் அழுதுகொண்டிருந்தாள். இது எனக்குப் புரியவேயில்லை. ஒரு பெண்

பத்து நாள்களுக்கு தினசரி ஐந்து காட்சிகள் வீதம் அழுதுகொண்டிருக்க முடியுமா? கதையில் ஒன்றி கண்ணீர் விடுவதற்கான வாய்ப்புகளற்ற படங்களின் போதும் அவள் அழுதாள். ஒரு காட்சி தோராயமாக ஒன்றரை முதல் இரண்டு மணி நேரம் என்று வைத்துக்கொண்டாலும் அவள் முக்கால் மணி நேரமாவது அழுவாள். தன்னைச் சுற்றி இருப்பவர்கள் கவனிப்பார்களே என்ற உணர்வே அவளுக்கு இருக்கவில்லை. இருட்டில் அழுதால் யாருக்கும் தெரியாது என்று நினைத்திருப்பாள். எப்படியோ என் கண்ணில் பட்டுவிட்டாள்.

முதலில் அவள் அழுவதை அதிர்ச்சியுடன் பார்த்துக்கொண்டிருந்தேன். பிறகு குழப்பத்துடன் அவளைக் கவனிக்கத் தொடங்கினேன். நான்கைந்து நாள்களில் அவள் அழத் தொடங்கிவிட்டாளா என்பதைப் பார்த்துவிட்டுப் படங்களைப் பார்க்கத் தொடங்கினேன். ஒரு வாரம் கழிந்தபோது அவள் அழாதிருக்கும்போதெல்லாம் வியப்பு ஏற்பட்டது. எழுந்து சென்று, 'ஏன் அழவில்லை?' என்று கேட்கலாம் போலிருந்தது. விழா முடிந்து ஊர் திரும்பும் நாளன்று கண்டிப்பாக அவளிடம் அறிமுகம் செய்துகொண்டு விசாரித்துவிட முடிவு செய்துகொண்டேன்.

இறுதி நாள் விழா கோலாகலமாக நடைபெற்றது. திரையிடப்பட்ட படங்களில் ஆகச் சிறந்த படமாக ஒரு சீனப் படம் தேர்வாகித் தங்க மயில் விருது பெற்றது. துரதிருஷ்டவசமாக அந்தப் படத்தின் திரையிடலை நான் தவறவிட்டிருந்தேன். அந்தப் படத்தை எடுத்த அனுபவத்தை, பல்வேறு

தேசங்களில் அதைத் திரையிடும்போது நேர்ந்த சம்பவங்களை அதன் இயக்குநர் விரிவாக எடுத்துச் சொல்லிப் பேசினார். அவர் விருது பெற்றபோது அரங்கில் கூடியிருந்தவர்கள் சம்பிரதாயமாகக் கைதட்டினார்கள். ஆனால் அந்தப் பெண் மட்டும் எழுந்து நின்றதோடு மட்டுமன்றித் துள்ளிக் குதித்தும் கைதட்டினாள். அதிசயமாக, அப்போது அவள் அழவில்லை. ஆனந்தக் கண்ணீர்கூட இல்லை.

நிகழ்ச்சி முடிந்து வெளியே வந்ததும் திட்டப்படி அவளை நெருங்கி அறிமுகப்படுத்திக்கொண்டேன். 'பத்து நாளும் நீங்கள் படம் பார்த்து அழுதீர்கள். நான் உங்களைப் பார்த்து அழுதேன்.'

'ஓ. மன்னித்துக்கொள்ளுங்கள்.'

'அது பரவாயில்லை. ஆனால் பத்து நாள் சலிக்காமல் அழுகிற அளவுக்குத் துயரங்களைச் சேகரித்து வைத்திருக்கிறீர்கள் என்பது அதிர்ச்சியாக இருக்கிறது. அதைத் தெரிந்துகொள்ளாவிட்டால் வாழ்வின் இறுதி நாள் வரை எனக்கு நிம்மதி இராது.'

'ஓ. அதெல்லாம் இல்லை. சிறு வயது முதல் அது என் பழக்கம். அழுதுகொண்டே படம் பார்ப்பேன்.'

'காரணம் இல்லாமலா?'

'ஆம். எனக்குக் காரணம் தேவையில்லை. படம் ஆரம்பித்தால் தானாக அழுகை வந்துவிடும்.'

'ஆனால் நீங்கள் சில நகைச்சுவைப் படங்களின்போதும் அழுதீர்கள்.'

'இருக்கலாம். நினைவில்லை.'

நம்ப முடியாமல் அவளைப் பார்த்துக்கொண்டிருந்தேன். 'அந்த சீனத்து இயக்குநர் விருது பெற்றபோது நீங்கள் அழுதிருக்கலாம். விழா முழுமையுற்றிருக்கும்.'

'எனக்கு அந்தப் படம் பிடிக்கவில்லை. அந்த இயக்குநர் ஒரு முட்டாள். விபசாரிகள் படித்து, புரட்சியாளராக வேண்டும் என்கிறாள். பிறகு நாங்கள் பிழைப்பது எப்படி? பட்டினி கிடந்து சாக வேண்டியதுதான்' என்று சொன்னாள்.

சொல்லாதது

அக்கினிப் பிரவேசம் செய்து மீண்டு வீட்டுக்கு வந்த பிறகு சீதா நெடுநேரம் தன் கணவனுடன் பேசவில்லை. அவன் திரும்பத் திரும்ப வந்து மன்னிப்புக் கேட்டுக்கொண்டே இருந்தான். சரி மன்னித்தேன் என்று சொல்லாதிருப்பதன் சுகத்தை இன்னும் சற்று நேரம் நீட்டிக்கலாம் என்று சீதாவுக்குத் தோன்றியது. அவளது பிள்ளைகளுக்குக் கட்டுக்கடங்காத கோபம். அதெப்படி எங்கள் தாயை நீ சந்தேகப்படலாம் என்று ராமனை வாய்க்கு வந்தவாறு திட்டிக்கொண்டிருந்தார்கள்.

'நீ உத்தமனாக இரு. ஊரே உன்னைக் கும்பிடட்டும். ஆனால் நீ ஒரு மட்டமான கணவன். சகிக்க முடியாத தந்தை' என்று லவன் சொன்னான்.

'அம்மா, நீ இந்த ஆளை விவாகரத்து செய்துவிடு' என்று குசன் சீதையைப் பார்த்துக் கத்தினான்.

அப்படியெல்லாம் பேசக் கூடாது என்று அவர்களை அடக்கிவிட்டு மதியத்துக்குச் சமைக்கப் போனாள்.

அப்போதும் ராமன் அடுக்களைக்கு வந்து தன்னை மன்னித்து விடும்படிக் கேட்டான். அவள் பதில் சொல்லவில்லை. அன்று தொடங்கி ஒரு வார காலம் அவள் ராமனுக்கு வேண்டிய அனைத்தையும் செய்தாள். மாறாத அன்பு. தீராத கரிசனம். ஆனால் பேசவேயில்லை.

'எனக்கு வேறு வழியில்லை. நான் தற்கொலை செய்துகொள்கிறேன். என்னால் உன் அமைதியைப் பொறுக்க முடியவில்லை' என்று ராமன் கைகூப்பி நின்ற பிறகுதான் அவள் மன்னித்தாள். சரி ஒழி என்று சொன்னாள்.

பிறகு சிலகாலம் கழிந்த பின்னர், ஒருநாள் இருவரும் இணைந்து இருந்த தருணத்தில் ராமன் கேட்டான், 'ராவணனைப் பற்றி நீ என்ன நினைக்கிறாய்?'

'அவசியம் பதில் சொல்ல வேண்டுமா?'

'விருப்பம் இருந்தால் சொல்.'

விரும்பவில்லை என்று சொல்லிவிட்டு அவள் திரும்பிப் படுத்துக்கொண்டாள். மறுநாள் ராமன் சரயுவில்இறங்கித்தற்கொலைசெய்துகொண்டான்.

போதாமை

ஆற்றில் ஆழம் அதிகம் இல்லை. நீரோட்டமும் கிடையாது. பாலத்தின் மீதிருந்து அவன் குதித்த இடத்தில் தலை சிதறிப் போகச் செய்யும் அளவுக்குப் பாறைகளோ, குத்திக் கிழிக்கும் முட்களோ இல்லை. நெடுங்கால சாக்கடைத் தேக்கம் என்பதால் சேறும் சகதியும் இருந்தது. துர்நாற்றம் தாங்காமல்தான் அவன் இறந்திருக்க வேண்டும். இன்னும் சிறிது கவனமாக இடம் தேர்ந்தெடுத்து வேறெங்காவது சென்று இறந்திருக்கலாம். மிகவும் உணர்ச்சி வயமாக இருந்திருக்கிறான். இல்லாவிட்டால் பாலத்தின் வலப்புறமே சிறிது தொலைவில் கடல் இருக்கிறது. அங்கே சென்று உயிரை விட்டிருக்கலாம். உப்புத் தண்ணீர் அருந்தி இறப்பது, துர்நாற்றம் சகிக்காமல் இறப்பதினும் மோசமாக இருந்திருக்காது.

கயிறு கட்டி உடலைத் தூக்கிப் பாலத்தின் மீது போட்டு, பைப் வைத்துத் தண்ணீர் அடித்துக் கழுவினார்கள். அப்போதும் நெருங்க முடியாமல்

நாற்றம் அடித்தது. முகம், வயிறு எல்லாம் வீங்கிக் கிடந்தது. சாகப் போகும்போதுகூட சட்டையை இன் செய்து, ஷூ அணிந்துதான் கிளம்பியிருக்கிறான். அவன் வயிறைப் போலவே ஷூவும் ஊறி, வீங்கியிருந்தது. இன்ஸ்பெக்டர், கையில் இருந்த லட்டியால் அதை லேசாக அழுத்தியபோது உள்ளிருந்து கறுப்பு நிற நீர் பிதுங்கி வழிந்தது.

பெரிய ஆய்வுகள் வேண்டியிருக்கவில்லை. அவன் ஒரு கடிதம் எழுதி, பர்ஸில் வைத்து, கவனமாக பர்ஸை ஒரு பாலிதீன் கவருக்குள் போட்டுச் சுருட்டித்தான் பாக்கெட்டில் வைத்திருந்தான். இறப்பதற்கு இடம் தேர்ந்தெடுத்த விஷயத்தில்தான் தவறு செய்திருந்தானே தவிர, மற்றதில் சரியாகத்தான் இருந்திருக்கிறான்.

தகவல் கிடைத்த முக்கால் மணி நேரத்தில் அவனது பெற்றோரும் உடன் பிறந்தவர்களும் அடித்து பிடித்துக்கொண்டு தலத்துக்கு ஓடி வந்தார்கள். அவன் மனைவி கச்சேரிக்கு வெளியூர் சென்றிருப்பதாகவும் வீட்டார் புறப்படும்போதே அவளும் அங்கிருந்து புறப்பட்டுவிட்டாள் என்றும் சொன்னார்கள்.

முதல் சுற்று அழுது ஓய்ந்த பிறகு விசாரித்ததில், பெரிய குடும்பப் பிரச்னைகள் ஏதும் இல்லை என்றே எல்லோரும் சொன்னார்கள். காதலித்து திருமணம் செய்துகொண்டு, இருவரும் மகிழ்ச்சியாகவே வாழ்ந்திருக்கிறார்கள். இரு தரப்புப் பெற்றோரும் அவர்கள் வீட்டுக்கு அருகிலேயேதான் குடியிருந்தார்கள்.

'இன்னும் குழந்தை பிறக்கலை. ஆனா கல்யாணமாகி ஒரு வருஷம்தான் சார் ஆகுது. அதுக்காகவெல்லாம் அவன் இப்படி பண்ணியிருக்கவே மாட்டான்' என்று இறந்தவனின் அப்பா சொன்னார். 'ஐயோ என் மருமகளுக்கு நான் என்ன ஆறுதல் சொல்வேன்' என்று அவனது அம்மாவும் உணர்ச்சி பொங்க அழுதாள். மருமகள் ஒரு சிறந்த பின்னணிப் பாடகியாக இருப்பதை அந்தக் குடும்பம் பெருமைக்குரிய ஒன்றாக நினைத்திருக்கிறது. இரு தரப்புமே வசதியான குடும்பம்தான். மேலும் பேசிப் பார்த்த வகையில் அவர்களுக்குள் பிரச்னை என்று எதுவும் இருப்பதாகத் தெரியவில்லை.

'கடன் ஏதாவது வாங்கியிருக்காருங்களா?' என்று இன்ஸ்பெக்டர் கேட்டார்.

'எதுக்கு சார்? என் பிள்ளை கோடீஸ்வரன். என் மருமக ஒரு பாட்டுக்கு அம்பதாயிரம் வாங்குறவ. நான் சேத்து வெச்சிருக்கற சொத்தே இன்னும் ரெண்டு தலைமுறைக்கு வரும்.' என்று அவனது தந்தை சொன்னார்.

கடன் பிரச்னை இல்லை. கணவன் மனைவி உறவில் விரிசல் இருக்குமா என்றால் அதற்கும் சாத்தியமில்லை என்றே நெருங்கியவர்கள் சொன்னார்கள். வேறு என்ன காரணமாக இருக்கலாம் என்று புரியவில்லை. அவன் எழுதி வைத்திருந்த கடிதம் சுருக்கமாக இருந்தது. போதும் என்று தோன்றியதால் போகிறேன். அவ்வளவுதான்.

போஸ்ட் மார்ட்டம் முடிந்து உடலை வீட்டுக்கு எடுத்துச் சென்ற சமயத்தில் அவன் மனைவியும்

வந்து சேர்ந்துவிட்டாள். அவளும் நிறைய அழுதாள். நெடுநேரம் அவன் உடலைக் கட்டிப் பிடித்துக்கொண்டு அதன் மீதே சாய்ந்து கிடந்தாள். அவளது அம்மாவும் மாமியாரும் ஆளுக்கு ஒரு பக்கமாக வந்து அமர்ந்துகொண்டு அவளை எழுப்பி மாற்றி மாற்றித் தங்கள் தோளில் சாய்த்து தட்டிக் கொடுத்து ஆறுதல் சொன்னார்கள்.

என்னன்னு புரியலியே, எதுக்குன்னு தெரியலியே என்றுதான் இரு குடும்பத்தாரும் இறுதிவரை புலம்பிக்கொண்டிருந்தார்கள். இடைப்பட்ட நேரத்தில் இன்ஸ்பெக்டர் அந்த இரு குடும்பங்களைச் சேர்ந்தவர்கள், நண்பர்கள், ஊழியர்கள் என அனைவரிடமும் பேசிப் பார்த்தும் ஒரு தற்கொலைக்கான காரணம் என்று எதுவும் கிடைக்கவில்லை. அவருக்கு ஒரே ஒரு சந்தேகம் மட்டும் இருந்தது. இறந்தவன் மனைவிக்கு வேறு யாருடனாவது ரகசியக் காதல் அல்லது தொடர்பு இருந்திருக்கலாம்.

அதையும் விடாமல் அவர் விசாரித்துப் பார்த்தார். ஒரு சிறிய கிசுகிசுவுக்குக் கூட இடம் தராமல்தான் அவளும் இருந்திருக்கிறாள். வேறென்ன எழுதி வழக்கை முடிப்பது என்று அவருக்குப் புரியவில்லை. இடைப்பட்ட தினங்களில் அவனது காரியங்கள் அனைத்தும் முடிந்து குடும்பத்தார் சகஜ வாழ்க்கைக்குத் திரும்பியிருந்தார்கள். அவனது மனைவி மீண்டும் ஒலிப்பதிவுகளுக்குப் போக ஆரம்பித்திருந்தாள். பாதுகாப்பு கருதி அவளது அம்மாவும் மாமியாரும் ஜோடி போட்டுக்கொண்டு அவளுடன் ஒலிப்பதிவுக் கூடங்களுக்கு உடன் செல்வதை அவரே நேரில் பார்த்தார்.

சலிப்பாக இருந்தது. மரணத்துக்குக் காரணம் தேவையில்லை. தற்கொலைக்குக் கூடவா?

அன்று வேலை முடிந்ததும் அவர் ஆற்றுப் பாலத்தின் மீது வந்து நின்றார். நெடுநேரம் அவன் உடலைக் கண்டெடுத்த இடத்தையே உற்றுப் பார்த்துக்கொண்டிருந்தார். சகிக்க முடியாத துர்நாற்றம், கடற் காற்றுடன் சேர்ந்து வீசியது. பிடிபடாத ரகசியங்களைக் கைவிடுவது சுலபம். எப்படியாவது எட்டிப் பிடித்துவிட முடிந்தால் நன்றாக இருக்கும்.

கணப் பொழுதுதான். இன்ஸ்பெக்டர் ஆற்றில் பாய்ந்தார். இரண்டு நாள் அலைந்த பின்பு அவனை நேரில் சந்திக்க முடிந்தது. புன்னகையுடன் தன்னை அறிமுகப்படுத்திக்கொண்டு பேச்சுக் கொடுக்கத் ஆரம்பித்தார்.

சமரசம் உலாவும் இடம்

பொதுவாகக் கணவனின் தாயை வெறுப்பதற்குப் பெண்களுக்குக் காரணம் தேவையில்லை. திருமணத்துக்குப் பிறகு சேரும் குடும்பக் கடமைகளுள் ஒன்றாக அது இருக்கும். ஆனால், இந்த உலகின் மாயா விநோதப் பிறவிகளுள் ஒருத்தியான ஜீவஜோதிக்கு அந்த இலக்கணச் சட்டம் பொருந்தாது. அன்பு என்கிற வடிவமற்ற அபாயகரமான உள் உணர்வின் ஒரே ஸ்தூல சாட்சியமாக இருப்பது இன்றைக்கு அவளது இருப்பு ஒன்றுதான். வெறுப்பின் அடர்ந்த திரைக் கம்பளத்தின் அடியில், வாழ்ந்தோமா இல்லையா என்ற நிச்சயமில்லாமல் வாழ்ந்து முடித்துச் செத்துவிடும் மனித குலத்தில் அவள் ஓர் அத்திப் பூ. நிபந்தனையற்ற அவளது அன்பின் குளிர்க் கரங்கள் யாரையும் எப்போது வேண்டுமானாலும் தொட்டு வருடி சொஸ்தப்படுத்தும். அவளது அத்தையும் அதில் விலக்கல்ல என்பதுதான் இந்நூற்றாண்டின் அதிசயம்.

ஜீவஜோதியைப்பிடிக்காதவர்கள்யாருமே இல்லை. அவள் வேலை பார்க்கும் வீடுகளில் அவளையும் ஒரு குடும்ப உறுப்பினராகத்தான் எல்லோருமே நடத்துவார்கள். அவ்வளவு நல்லவள். அவ்வளவு இணக்கம். வேலையும் பளிங்குத் துல்லியமாக இருக்கும்.

அது பெரிதல்ல. 'என் வேலையெல்லாம் என்னம்மா? எங்கத்த என்னையவிட நல்லா செய்வாங்க. கைய வெச்சா கரிச் சட்டி கூட வைரமா மின்னும்' என்பாள். ஒவ்வொரு நாளும் ஒரு முறையாவது தன் மாமியாரின் பெருமை சொல்லாதிருக்க மாட்டாள். 'நேத்திக்கி எங்கத்த ஒரு மீன் கொழம்பு வெச்சாங்க பாரு, இன்னும் ரெண்டு சென்மம் எடுத்தாலும் எனக்கு அந்தப் பக்குவம் வராது பாத்துக்க.'

'ஏன் ஜீவா, உங்கம்மா அப்டி சமைக்க மாட்டாங்களா?'

'எங்காத்தாளா? கிழிக்கும். மனுசன் திம்பானா அது சமைக்குறத? அதனாலதான் எங்கப்பாரு இன்னொருத்திய சேத்துக்கிட்டு திண்டிவனத்துக்கே பூட்டாரு.'

'ஆச்சரியமா இருக்கு. உன் மாமியார் நிஜமாவே பெரிய டேலண்ட்டா இருக்கலாம். பட் நீ அத ரெகக்னைஸ் பண்ற பாரு. அங்க நிக்கற!'

'இதுல என்னாம்மா இருக்குது? மாமியாக்காரின்னா மொரச்சிக்கினுதான் ஆவணுமா? அவுங்களுக்கும் எங்கம்மா வயசுதான? என்னாண்ட எப்பவும்

நல்ல விதமாத்தான் நடக்குறாங்க' என்று அவள் சொல்வாள்.

ஆனால் விதி கெட்டது அல்லவா? திருமணமான நாள் தொடங்கி, மாமியாருடன் இணக்கமாக இருக்க முடிந்த ஜீவஜோதியால் அவள் கணவனுடன் அவ்வாறு இருக்க முடியாமல் போனது. அவ்வப்போது அவள் வீட்டில் நடக்கும் சண்டைகள் பற்றித் தகவல் வரும். பெரும்பாலும் அவளே சொல்வாள். ஜீவஜோதியை அவள் கணவன் செருப்பால் அடிப்பான். குடித்துவிட்டு வந்து, முடியைப் பிடித்து இழுத்து சுவரில் மோதுவான். கீழே தள்ளி ஏறி மிதிப்பான்.

இது சகிக்க முடியாத நிலைக்குப் போகும்போது அவள் வீதியில் அழுது புரண்டு அவனை சபிப்பாள். நீ நாசமா போவ. கைகால் வெளங்காம போவ. சொட்டுத் தண்ணிக்கு நாக்க தொங்க போட்டுக்கினு தெருத் தெருவா அலைவ. சொறிநாய் மாதிரி லாரில அடி பட்டு சாவ.

'ஒன்னோட சண்ட போட காரணமே இருக்க முடியாதே ஜீவா? ஊரே பஜாரின்னு சொல்ற உன் மாமியாரே உன் சைடு நிக்குறப்ப உன் புருசன் மட்டும் எப்படி உன்னாண்ட அப்படி நடந்துக்குவான்?'

'தெர்லம்மா. என் தலையெழுத்து' என்று சொல்லிவிட்டு அவள் பாத்திரங்களைத் துலக்கத் தொடங்குவாள்.

நான்கு மாதங்களுக்கு முன்னர் ஒரு நாள் ஜீவா வேலைக்கு வருவது நின்று போனது.

விசாரித்தபோது புருஷனுடன் சண்டை போட்டுவிட்டு, வீட்டை விட்டுப் போனவள் திரும்பி வரவேயில்லை என்றார்கள். அவளது மாமியார் அழுது புரண்டு ஆகாத்தியம் செய்து மகனைத் துடைப்பத்தால் அடித்துத் துரத்தியிருக்கிறாள். எப்படியாவது போய் அவளைத் தேடிப் பிடித்து அழைத்து வா. நீ மட்டும் திரும்பி வந்தால் வீட்டில் சேர்க்க மாட்டேன் என்று சொல்லி மிரட்டியிருக்கிறாள்.

வேறு வழியின்றி கிளம்பிச் சென்றவன் ஒரு வாரம் தேடிவிட்டு அவளைக் காணவில்லை என்று வந்து சொன்னான். அன்றும் ஜீவாவின் மாமியார் அவனைத் துடைப்பத்தால் அடித்து, கையில் கிடைத்த அனைத்தையும் எடுத்து அவன்மீது வீசியிருக்கிறாள்.

'புள்ளையாடா நீயி? எதுக்கு இன்னும் உசிரோட இருக்குற? செத்துரேன்?'

பிறகு எப்படியோ தாயும் மகனும் சமாதானமாகி ஒரே வீட்டில்தான் இருந்திருக்கிறார்கள்.

சில நாள் ஜீவா காணாமல் போய்விட்டது பற்றிப் பிராந்தியத்தில் எல்லோரும் பேசிக்கொண்டிருந்துவிட்டுப் பிறகு மறந்து போனார்கள். திடீரென்று இன்றைக்குக் காலை ஜீவா திரும்பி வந்துவிட்டதாக தாட்சு சொன்னாள். அவளும் ஜீவாவைப் போல எங்கள் குடியிருப்பில் நாலைந்து வீடுகளில் வேலை பார்க்கிறவள்.

'என்னவாம் அவளுக்கு? நாலு மாசம் எங்க போயிருந்தாளாம்? கேட்டியா?'

'தெர்லம்மா. இன்னும் பேசல.'

'அவ புருசன் பேசினானா? அவ, அவ புருசண்ட்ட பேசினாளா? அதான் முக்கியம்.'

'அதெல்லாம் ராசி ஆயிட்டாங்க.'

'எப்டி?'

'அவ மாமியார்தான் ராசியாக்கி உட்டிருக்காங்க.'

'நெனச்சேன்.'

'ஜீவா புருசன் மொடாக் குடிகாரம்மா. டெய்லி ஆஃப் அடிப்பான். அவன் வாங்கி வெக்குற பாட்டில்ல அடிக்கடி பாதி காணாம பூடுமாம். என்னாடா இது இச்சிணி வேலையா இருக்குதேன்னு கண்டுபிடிக்கப் பாத்தப்பதான் இவதான் சரக்கடிக்கறான்னு தெரிஞ்சிருக்குது.'

'என்னடி சொல்ற?'

'மெய்யாத்தாம்மா. ஜீவா குடிப்பா. அவ புருசன் சண்ட போடுறதே அதுக்காகத்தான். கேட்டா, நீ மட்டும் குடிக்கலியான்னுவா. எந்த புருசன் பொண்டாட்டி குடிக்கறத ஒத்துக்குவான்?'

'நாசமா போச்சு. இந்த மேட்டர் அவ மாமியாருக்குத் தெரியுமா?'

'நீ வேறம்மா. ஜீவாவும் அவ மாமியாளும் ஒண்ணா உக்காந்துதான் தண்ணி அடிப்பாங்க. எம்புள்ளையாண்ட என்னைய போட்டுக் குடுத்துராதன்னு இவளாண்ட அந்த பொம்பள

சத்தியம்வாங்கியிருக்குது. இவ அத மெய்ண்டெய்ன் பண்ணப் போவதான், இவ மேல அந்தம்மாவுக்கு அவ்ள பாசம் பொத்துக்குது.'

பேச்சற்றுப் போய்விட்டது. அன்பின் ஊற்றுக் கண் பெரும்பாலும் திருட்டுச் சரக்கில் இருந்துதான் திறக்கிறது என்பது எவ்வளவு உண்மை.

'சரி விடு. இப்ப எப்டி ராசி ஆச்சாம் அவ புருசனோட?'

'அவ மாமியாக்காரியே புள்ளையாண்ட சொல்லிட்டாளாம். உம்பொண்டாட்டிய குடிக்கப் பழக்கினதே நாந்தான்னு.'

'போவுது போ. இப்பவாச்சும் சொல்லத் தோணிச்சே.'

'அவ புருசன்தாம்மா பாவம். இன்னிலேருந்து ரெண்டு ஆஃப் வாங்கியாரணும்னு ஜீவா மாமியாக்காரி கண்டிசனா சொல்லிட்டாங்களாம். அதுக்கு ஒத்துகிட்டுத்தான் ராசியாயிருக்கான்.'

முன்னூறு வயதுப் பெண்

எதிர் வீட்டு பால்கனியில் எப்போதும் அவளைப் பார்க்கிறேன். சமுராய்களின் காலத்தில் சீனத்தில் வரைந்த தைல ஓவியத் தாள் ஒன்றிலிருந்து அவள் எழுந்து வந்து அமர்ந்திருப்பாள். எப்படியும் என்னைவிட முன்னூறு வயது மூத்தவளாக இருக்கக்கூடும். காலம் அவள் முகத்தைப் பழுப்பாக்கியிருந்ததே தவிர சுருக்கங்கள் உருவாகியிருக்கவில்லை. பருவத்தில் எவ்வளவு அழகாக இருந்திருப்பாளோ, எவ்வளவு இளமையாக இருந்திருப்பாளோ, அதே அழகும் இளமையும் இப்போதும் இருந்தன. ஓவியத்தைப் போலவேதான் இருந்தாள். சிறிதும் அசைவில்லாமல். ஆனால் உயிருடன். அவள் கண்கள் மட்டும் அலையாடிக்கொண்டே இருக்கும்.

ஓரிரு முறை அவளை அழைத்துப் பார்த்தேன். அவள் கவனிக்கவில்லை. அவள் வீட்டுக்குள் இருந்தும் யாராவது அவளை அவ்வப்போது உரத்த குரலில் அழைப்பார்கள். அப்போதும் அவள் எழுந்து

சென்று பார்த்ததில்லை. பகல் இரவுக் கணக்கின்றி, எப்போதும் அவள் அங்கிருந்தாள். ஒரு கையை பால்கனியின் கம்பியின்மீது ஊன்றிக்கொண்டும் மறு கையை முகவாயில் ஊன்றிக்கொண்டும்.

அப்படி எதை அவள் ஓயாமல் தேடுகிறாள் என்று கண்டுபிடிக்க முடிந்ததில்லை. கண் இமைக்காமல் அவள் உற்றுப் பார்க்கும் இடத்தையோ பொருளையோ தெரிந்துகொள்ளப் பல நாள் முயற்சி செய்தேன். எப்படியாவது அவளுக்கு உதவ முடிந்தால் நன்றாக இருக்கும் என்று தோன்றியது.

கேட்டேன்.

'எதைத் தேடுகிறாய்? சொன்னால் உதவி செய்வேன்.'

இப்போது அவள் திரும்பிப் பார்த்தாள். 'தொலைத்தது மறந்துவிட்டது. மறந்தது எங்காவது விழுந்திருக்கிறதா பார்க்கிறேன்' என்று சொன்னாள்.

மாயா

உலகை நல்லபடியாக அழித்து முடித்தபின் கடவுள் ஓய்வாக ஒரு மரத்தடியில் அமர்ந்தார்.

‘நீ மிச்சம்’ என்றது விதி.

—

www.ingramcontent.com/pod-product-compliance
Lightning Source LLC
LaVergne TN
LVHW050844051026
849532LV00006BA/2102
9789391748944